ഓസ് നഗരത്തിലെ
അത്ഭുത മാന്ത്രികൻ

(നോവൽ)

എൽ. ഫ്രാങ്ക് ബോൺ

സ്വതന്ത്ര ആഖ്യാനം : സി വി ഹരീന്ദ്രൻ

VAYANAPPURA
OZ NAGARATHILE ATBHUTHA MANTHRIKAN
(Malayalam Translated Novel)
by L.Frank Bom
Translated by C.V. Harindran

Vayanappura Publications, Ernakulam
First Published : November 2021
Cover Design: C.V. Harindran
Page Layout: Lincy Shaji
Published by : Vayanappura Publications
Anathanam Studios, Old Railway Station
Cross road, Ernakulam- 682018
Mob:9074188300
email: vayanappuraeditorial@gmail.com
web address: www.vayanappurabooks.com
Distributors: Vayanappura Publications

ISBN: 9789390999699
Printed by: Vayanappura

എൽ. ഫ്രാങ്ക് ബോം

ബാലസാഹിത്യ കൃതികളിലൂടെ ലോകപ്രശസ്തനായ അമേരിക്കൻ സാഹിത്യകാരനാണ് എൽ. ഫ്രാങ്ക് ബോം. 1856 – ൽ ന്യൂയോർക്കിലെ ചിറ്റെനാൻഗോ എന്ന ഗ്രാമത്തിലെ ഒരു യാഥാസ്ഥിതിക ക്രിസ്ത്യൻ കുടുംബത്തിൽ സൈന്തിയ ആൻ, ബഞ്ചമിൻ വാർഡ് ബോം ദമ്പതികളുടെ ഒൻപതു മക്കളിൽ ഏഴാമനായി ജനിച്ച ഇദ്ദേഹം എഴുത്തുകാരൻ എന്നതിലുപരിയായി പത്രാധിപർ, അഭിനയതാവ്, തിരക്കഥാ രചയിതാവ്, ചലച്ചിത്ര നിർമ്മാതാവ് എന്നീ നിലകളിലും പ്രവർത്തിച്ചു.

അദ്ദേഹത്തിന്റെ പിതാവ് വീപ്പ നിർമ്മാണം, പെൻസിൽ വാലിയയിലെ എണ്ണ ഖനനം, ഭൂമി ഇടപാട് തുടങ്ങി പല വ്യവ സായങ്ങളിലും വിജയം വരിച്ചിരുന്നു. ബോം വളർന്നത് അദ്ദേഹ ത്തിന്റെ മാതാപിതാക്കളുടെ ചിലവേറിയ റോസ്‌ലാൺ എസ്റ്റേറ്റി ലാണ്. ജർമ്മൻ, സ്കോട്ട്സ്-ഐറിഷ്, ഇംഗ്ലീഷ് പാരമ്പര്യങ്ങ ളുള്ള വ്യക്തിയാണ് ബോം.

അനാരോഗ്യം കാരണം ഫ്രാങ്കിന്റെ പ്രാഥമിക വിദ്യാഭ്യാസം സഹോദരങ്ങൾക്കൊപ്പം വീട്ടിൽത്തന്നെ ആയിരുന്നു. 12-ാം വയ സ്സിൽ പീക്സ്കിൽ മിലിട്ടറി അക്കാദമിയിൽ ചേർന്ന അദ്ദേഹ ത്തിന് അവിടെ ചെലവഴിച്ച രണ്ടു വർഷങ്ങൾ ഏറെ ദുരിത പൂർണ്ണമായിരുന്നു.

ബോം വളരെ ചെറുപ്പത്തിൽ തന്നെ എഴുത്ത് ആരംഭിച്ചി രുന്നു. പിതാവ് അദ്ദേഹത്തിനുവേണ്ടി വാങ്ങിയ ചെലവു കുറഞ്ഞ ഒരു പ്രിന്റിംഗ് പ്രസ്സാണ് അതിനു സഹായകമായത്. തനിക്കേറെ പ്രിയപ്പെട്ട അനുജൻ ഹാരി ക്ലേ ബോമുമായി ചേർന്ന് റോസ് ലാൺ ഹോം ജേർണൽ പ്രസിദ്ധീകരിച്ചു. അതിന്റെ നിരവധി പതിപ്പുകൾ അവർ പ്രസിദ്ധീകരിക്കുകയുണ്ടായി. പ്രാദേശിക പരസ്യങ്ങൾ കൂടി ഉൾപ്പെടുത്തി പ്രസിദ്ധീകരിച്ച ജേർണൽ ബന്ധു മിത്രാദികൾക്കിടയിൽ സൗജന്യമായാണ് വിതരണം ചെയ്തി രുന്നത്.

17-ാം വയസ്സിൽ പ്രസിദ്ധീകരിച്ച രണ്ടാമതു ജേർണൽ സ്റ്റാമ്പ് കളക്ടർ അദ്ദേഹത്തെ പ്രശസ്തനാക്കി. 11 പേജുള്ള ആ ലഘുലേഖ കംപ്ലീറ്റ് സ്റ്റാമ്പ് ഡീലേഴ്സ് ഡയറക്ടറി എന്ന പേരിൽ അറിയപ്പെടാൻ തുടങ്ങിയതോടെ സുഹൃത്തുക്കളുമായി ചേർന്ന് ഒരു സ്റ്റാമ്പ് ഡീലർഷിപ്പ് തന്നെ ആരംഭിച്ചു.

ഇരുപതാം വയസ്സിൽ ബോം കോഴിവളർത്തലിലേക്ക് തിരി ഞ്ഞു. ഹാംബർഗറിനു വേണ്ട പ്രത്യേകതരം കോഴികളെ വളർത്തു ന്നതിലാണ് അദ്ദേഹം ശ്രദ്ധ കേന്ദ്രീകരിച്ചത്. 1880 ൽ ദ പൗൾട്രി ട്രേഡ് റെക്കോർഡ് എന്ന പേരിൽ ഒരു പ്രതിമാസ ജേർണൽ പ്രസിദ്ധീകരണം ആരംഭിച്ച അദ്ദേഹം 1886 ൽ, മുപ്പതാം വയ സ്സിൽ തന്റെ ആദ്യ പുസ്തകം, ദ ബുക്ക് ഓഫ് ദ ഹാംബർഗ്സ് പ്രസിദ്ധീകരിച്ചു.

1891 ൽ തന്റെ പത്രം പരാജയപ്പെട്ടതോടെ ബോം ഭാര്യയും നാലു മക്കളുമടങ്ങുന്ന കുടുംബത്തോടൊപ്പം ചിക്കാഗോയിലെ ഹംബോൾട്ട് പാർക്കിലേക്ക് താമസം മാറ്റി. അവിടെ അദ്ദേഹം ഒരു സായാഹ്ന പത്രത്തിൽ റിപ്പോർട്ടറായി ചേർന്നു. 1897 ന്റെ തുടക്കത്തിൽ അദ്ദേഹം, ദ ഷോവിന്റോ എന്ന പേരിൽ ഒരു മാസിക ആരംഭിച്ചു.

1897 ൽ മദർ ഗൂസ് റൈംസിനെ ആധാരമാക്കി മദർ ഗൂസ് ഇൻ പ്രോസ് എന്ന പേരിൽ ബാലസാഹിത്യ കഥകളുടെ ഒരു സമാഹാരം അദ്ദേഹം പ്രസിദ്ധീകരിച്ചു. പ്രശസ്ത അമേരിക്കൻ ചിത്രകാരൻ മാക്സ്ഫീൽഡ് പാരിഷ് വരച്ച ചിത്രങ്ങളും അതിൽ ഉൾപ്പെടുത്തിയിരുന്നു. 1899 ൽ ഡബ്ല്യു. ഡബ്ല്യു. ഡെൻസ്ലോ യുടെ ചിത്രങ്ങൾ ഉൾപ്പെടുത്തി പ്രസിദ്ധീകരിച്ച ഫാദർഗൂസ് എന്ന അബദ്ധ കവിതകളുടെ സമാഹാരം ആ വർഷത്തെ ഏറ്റ വും വിൽപ്പനയുള്ള ബാലസാഹിത്യ കൃതി എന്ന ഖ്യാതി നേടി.

1900 ൽ ബോം, ഡെൻസ്ലോയുമായി ചേർന്ന് പ്രസിദ്ധീക രിച്ച ദ വണ്ടർഫുൾ വിസാർഡ് ഓഫ് ഓസ് സ്വീകാര്യത കൊണ്ടും സാമ്പത്തികപരമായും വൻ വിജയമായി. പ്രസിദ്ധീകൃതമായ തിനെ തുടർന്നുള്ള രണ്ടു വർഷങ്ങളിൽ ഏറ്റവും കൂടുതൽ വിറ്റ ഴിക്കപ്പെട്ട ബാലസാഹിത്യകൃതിയും അതുതന്നെ ആയിരുന്നു. അതേ തുടർന്ന് ഓസ് എന്ന രാജ്യത്തെയും അവിടുത്തെ ജന ങ്ങളെയും അടിസ്ഥാനമാക്കി ബോം പതിമൂന്നു നോവലുകൾ കൂടി രചിച്ചു.

1919 മെയ് 5 നുണ്ടായ മസ്തിഷ്കാഘാതത്തെ തുടർന്ന് 1919 മെയ് 6 ന് അദ്ദേഹം അന്തരിച്ചു.

അദ്ദേഹത്തിന്റെ മരണശേഷം 1920 ജൂലായ് 20 നാണ് അദ്ദേഹം അവസാനം രചിച്ച ഗ്ലിൻഡ ഓഫ് ഓസ് എന്ന പുസ്തകം പ്രസിദ്ധീകരിച്ചത്.

അദ്ദേഹത്തിന്റെ മരണശേഷവും ഓസ് പരമ്പര തുടർന്നു. റൂഥ് പ്ലംലി തോംസൺ എന്ന എഴുത്തുകാരൻ മാത്രം ഇരുപത്തി ഒന്ന് ഓസ് ബുക്കുകൾ രചിച്ചു.

സി വി ഹരീന്ദ്രൻ

ശ്രീ.കെ.വിജയക്കുറുപ്പിന്റെയും ശ്രീമതി മൃണാളിനി അമ്മയുടെയും മകനായി 1964 - ൽ ഹരിപ്പാട്ട് ജനനം. ടി.കെ.എം.എം. കോളേജ് നങ്ങ്യാർകുളങ്ങര, മദ്രാസ് യൂണിവേഴ്സിറ്റി എന്നിവിടങ്ങളിൽ വിദ്യാഭ്യാസം. മലയാള ചലച്ചിത്രരംഗത്ത് കലാസംവിധായകനായി തുടക്കം. നിരവധി ചിത്രങ്ങൾക്ക് പരസ്യകലയും, മൊഴിമാറ്റ ചിത്രങ്ങൾക്ക് സംഭാഷണ, ഗാനരചയും നിർവഹിച്ചു. ആനുകാലികങ്ങളിൽ കഥയും കവിതയും എഴുതി വരുന്നു. റിനവേഷൻ, കുറിഞ്ഞി എന്നീ കഥാ സമാഹാരങ്ങൾ ലോകപ്രശസ്തങ്ങളായ പത്തു കൃതികളുടെ സ്വതന്ത്ര ആഖ്യാനങ്ങൾ എന്നിവ പ്രസിദ്ധീകരിച്ചു. ഇപ്പോൾ എറണാകുളത്ത് സ്ഥിര താമസം

ഫോൺ : **9895070137, 9447760543**

പ്രസാധകക്കുറിപ്പ്

ലോക ക്ലാസ്സിക് കൃതികളെയും അവയുടെ രചയിതാക്കളെയും പുതുതലമുറയ്ക്കുപരിചയപ്പെടുത്തുകയും, ഉത്തമ കലാസൃഷ്ടികളായി ലോകം വാഴ്ത്തുന്ന അമൂല്യഗ്രന്ഥങ്ങളെ വിദ്യാർത്ഥികൾക്കും യുവജനങ്ങൾക്കും ആസ്വാദ്യകരമാവും വിധം തികച്ചും ലാളിത്യത്തോടെ പുനരവതരിപ്പിക്കുകയുമാണ് ഇവിടെ. ഈ കൃതി പുതുതലമുറയുടെ പുസ്തക ശേഖരങ്ങൾക്ക് മുതൽക്കൂട്ടായിത്തീരുമെന്ന ഉത്തമ വിശ്വാസത്തോടെ, എൽ. ഫ്രാങ്ക് ബോം രചിച്ച ' ദി വണ്ടർഫുൾ വിസാർഡ് ഓഫ് ഓസ്' എന്ന ബാലസാഹിത്യനോവൽ, ശ്രീ സി. വി ഹരീന്ദ്രൻ മലയാളത്തിൽ സ്വതന്ത്രാഖ്യാനം നടത്തി ഓസ് നഗരത്തിലെ അത്ഭുത മാന്ത്രികൻ എന്ന തലക്കെട്ടോടെ നിങ്ങളുടെ സമക്ഷം എത്തിക്കുകയാണ് വായനപ്പുര പബ്ലിക്കേഷൻ.

സ്നേഹത്തോടെ
പോൾസൺ തേങ്ങാപ്പുരക്കൽ

വലിയ ചുഴലിക്കാറ്റ്

അമേരിക്കയിലെ കൻസാസ് എന്ന നഗരത്തിന്റെ മദ്ധ്യഭാഗത്തു താമസിക്കുന്ന ഒരു അനാഥ ബാലികയാണ് ഡൊറോത്തി. അമ്മാവനായ ഹെൻട്രിക്കും ഭാര്യ എമ്മയ്ക്കുമൊപ്പം പുൽമേടിനോടു ചേർന്ന ഒരു കൊച്ചുകുടിലിലാണ് അവളുടെ താമസം. ആ കുടിലിൽ ഒരു ചെറിയ മുറിയും അതിനു താഴെ അതേ വലിപ്പത്തിൽ ഒരു നിലവറയുമുണ്ട്. നിലവറയിലേക്ക് തുറക്കുന്ന വാതിൽ ആ മുറിയുടെ തറയിൽത്തന്നെയാണ്. കാരണം, പലപ്പോഴും അവിടെ ചുഴലിക്കാറ്റുകൾ ഉണ്ടാകാറുണ്ടായിരുന്നു. അത് അവരുടെ പാതയിലെ ഏതെങ്കിലും കെട്ടിടങ്ങളെ തകർക്കുകയും ചെയ്തിരുന്നു. ചുഴലിക്കാറ്റുകൾ വരുന്ന സന്ദർഭങ്ങളിൽ അവർ സുരക്ഷയ്ക്കായി കുടുംബസമേതം നിലവറയിലേക്ക് ഇറങ്ങുകയാണ് ചെയ്യുന്നത്.

ഒരു ദിവസം ഡൊറോത്തി സാധാരണപോലെ പുറത്തേക്ക് നോക്കി. അന്തരീക്ഷത്തിൽ ഇരുണ്ട ചാരനിറത്തിലുള്ള എന്തോ ഒന്ന് അവൾക്കു കാണാൻ കഴിഞ്ഞു.വൃക്ഷങ്ങളില്ലാതിരുന്ന ആ ഭൂപ്രദേശം സൂര്യരശ്മികളുടെ ആക്രമണത്തിൽ തളർന്നിരുന്നു.

അവളുടെ നോട്ടത്തിൽ അമ്മായി എമ്മയും അമ്മാവൻ ഹെൻട്രിയും പോലും ചാരനിറത്തിലായിരന്നു. കഠിനാധ്വാനിക

ളായ അവർ ഒരിക്കൽ പോലും പുഞ്ചിരിച്ചില്ല.

എന്നാൽ ഡൊറോത്തിക്ക് ചാരനിറം ഉണ്ടായിരുന്നില്ല! എപ്പോഴും സന്തോഷത്തോടെ ഇരിക്കുന്ന അവളുടെ ഏക വിനോദം ടൊട്ടോ എന്നു പേരുള്ള തന്റെ പട്ടിക്കുട്ടിക്കൊപ്പം കളിക്കുക എന്നതായിരുന്നു. ഡൊറോത്തിക്ക് അവനെ വലിയ ഇഷ്ടമായിരുന്നു.

അങ്ങനെയിരിക്കെ ഒരു ദിവസം ആകാശം നന്നായി ഇരുണ്ടു. അതു കണ്ട അമ്മാവൻ ഹെൻട്രി ആകെ പരിഭ്രാന്തനായി. അമ്മായി എമ്മ അപ്പോൾ പാത്രങ്ങൾ കഴുകുകയായിരുന്നു.

കാറ്റിന്റെ നേരിയ സ്വരം അവർ കേട്ടു. പരിസരത്ത് വളർന്നു നിന്നിരുന്ന ഉയരം കൂടിയ പുല്ല് വളയുന്നതും ഉലയുന്നതും അവർ കണ്ടു.

എമ്മാ, ഒരു ചുഴലിക്കാറ്റ് വരുന്നു... എന്ന് വിളിച്ചു കൂവിക്കൊണ്ട് അമ്മാവൻ ഹെൻട്രി പശുക്കളെ കെട്ടിയിരുന്ന സ്ഥലത്തേക്ക് ഓടി.

ഡൊറോത്തീ, വേഗം നിലവറയിലേക്ക് ഓടൂ... അമ്മായി എമ്മ നിലവിളിച്ചു. അവൾ ട്രാപ്ഡോർ തുറന്ന് കോവണിയിലൂടെ താഴേക്ക് ഇറങ്ങി.

ടൊട്ടോയുമായി ഡൊറോത്തി കോവണി ഇറങ്ങുമ്പോഴാണ് കാറ്റ് വീടിനുനേരേ ആഞ്ഞടിച്ചത്. അവൾ കോവണിയിൽ നിന്ന് തലകുത്തനെ തറയിലേക്ക് വീണു. ആ ചുഴലിക്കാറ്റ് വീടിനെ രണ്ടു മൂന്നു പ്രാവശ്യം ചുറ്റിയശേഷം പതിയെ അന്തരീക്ഷത്തിലേക്ക് ഉയർന്നു.

ഡോറത്തിക്ക് താൻ ഒരു ബലൂണിൽ കയറി ഉയരങ്ങളിലേക്ക് പോകുന്നതു പോലെ തോന്നി. ചുഴലിക്കാറ്റ് ആ വീടിനെ ഒരു തൂവൽ എന്നപോലെ വലിച്ചെടുത്ത് അകലേക്ക് കൊണ്ടുപോയി.

ടൊട്ടോ ട്രാപ്ഡോറിലൂടെ താഴേക്ക് വീഴാൻ തുടങ്ങി, എന്നാൽ ഡൊറോത്തി അവനെ ചെവിയിൽ പിടിച്ചെടുത്ത് തന്നോടടുപ്പിച്ചു. എന്നിട്ട് ഇഴഞ്ഞു നീങ്ങി കിടക്കയിലേക്ക് ചാഞ്ഞു.

മണിക്കൂറുകൾ കടന്നുപോയി, ഡൊറോത്തിയെ ഭയം കീഴടക്കി. ചുഴലിക്കാറ്റിന്റെ ശക്തിയാൽ വീടിന് ഉലച്ചിൽ തട്ടിയിട്ടും അവൾ ഉറങ്ങിപ്പോയി.

കുള്ളന്മാരുമായുള്ള കൂടിക്കാഴ്ച

ഡൊറോത്തി പെട്ടെന്ന് ഞെട്ടി ഉണർന്നു. അപ്പോഴേക്കും ചുഴലിക്കാറ്റുമൂലമുള്ള വീടിന്റെ ചലനം നിലച്ചിരുന്നു. താൻ എവിടെയാണ് എന്നറിയുന്നതിനായി അവൾ വാതിലിന്നരികിലേക്ക് ഓടി.

ചുഴലിക്കാറ്റു കാരണം അവർ മനോഹരമായ മറ്റൊരു രാജ്യത്തേക്ക് താമസം മാറ്റി. അവിടെ മധുരഫലങ്ങൾ നൽകുന്ന വൃക്ഷങ്ങളും പൂച്ചെടികളും മധുരമായി പാടുന്ന പക്ഷികളും ഉണ്ടായിരുന്നു. അവിടം കൻസാസിൽ നിന്ന് തികച്ചും വ്യത്യസ്തമായിരുന്നു.

പുതിയ സ്ഥലം ചുറ്റിക്കണ്ടു കൊണ്ടിരുന്ന ഡൊറോത്തി രസകരമായ ഒരു കാഴ്ച കണ്ടു. നന്നേ പൊക്കംകുറഞ്ഞ ഒരു കൂട്ടം ചെറിയ മനുഷ്യർ അവളുടെ അടുത്തേക്ക് വരുന്നതാണ് അവൾ കണ്ടത്.

ഉയരമുള്ള ബൂട്ടുകളും നീലനിറത്തിലുള്ള വസ്ത്രങ്ങളും ധരിച്ച മൂന്ന് പുരുഷന്മാരും വെള്ളവസ്ത്രം ധരിച്ച ഒരു

വൃദ്ധയുമാണ് കൂട്ടത്തിൽ ഉണ്ടായിരുന്നത്. എല്ലാവരും മുകൾഭാഗം കൂർത്തവട്ടത്തിലുള്ള തൊപ്പികൾ ധരിച്ചിരുന്നു.

ഡൊറോത്തിയുടെ അടുത്തെത്തിയപ്പോൾ പൊക്കം കുറഞ്ഞ ആ സ്ത്രീ നിലവിളിച്ചു. "കുള്ളന്മാരുടെ നാട്ടിലേക്ക് സ്വാഗതം..! ഇത്രയും കാലം ഞങ്ങളെ അടിമകളായി പ്രവർത്തിച്ച കിഴക്കിന്റെ ദുർമന്ത്രവാദിനിയെ കൊന്നതിന് ഞങ്ങൾ നിങ്ങളോട് നന്ദിയുള്ളവരാണ്."

ഡൊറോത്തി ശരിക്കും അമ്പരന്നു. അവൾ ആരെയും കൊന്നിട്ടില്ലെന്ന് അവൾക്കുറപ്പുണ്ടായിരുന്നു.

കുള്ളന്മാർ അവളെ വീട്ടിലേക്ക് കൊണ്ടുപോയി, ആ വീടിന്റെ അടിയിൽ കുത്തിനിർത്തിയപോലെ രണ്ട് വെള്ളി ചെരിപ്പുകൾ അവർ അവൾക്ക് കാണിച്ചു കൊടുത്തു. ചുഴലിക്കാറ്റ് ദുർമന്ത്രവാദിനിയുടെ മുകളിൽ വീട് ഉപേക്ഷിച്ച് അവളെ ഞെരിച്ചമർത്തിയിരുന്നു.

"ഇതാണ് അവളുടെ അവസാനം."പൊക്കം കുറഞ്ഞ സ്ത്രീ പറഞ്ഞു. "അവ അവളുടെ മാന്ത്രിക ചെരിപ്പുകളാണ്. അവ നിങ്ങൾക്ക് എടുക്കാവുന്നതാണ്."

"നിങ്ങൾ ആരാണ്?" ഡൊറോത്തി ചോദിച്ചു.

"ഞാൻ വടക്കിന്റെ സദ്മന്ത്രവാദിനിയാണ്, ഇപ്പോൾ ഈ കുള്ളന്മാരുടെ സഹായത്തിനായാണ് ഇവിടെ വന്നിരിക്കുന്നത്. എന്റെ സഹോദരിയാണ് തെക്കിന്റെ സദ്മന്ത്രവാദിനി. കിഴക്കും പടിഞ്ഞാറുമുള്ള ദുർമന്ത്രവാദിനികളിൽ നിന്നു രക്ഷപ്പെടാൻ

ഞങ്ങൾക്ക് സ്വന്തമായി ശക്തിയില്ല. അതിനാൽ നിങ്ങ ൾക്കു നന്ദി. ഈ ഒരെണ്ണം ഇല്ലാതായെല്ലോ.

"ആരാണ് ഈ കുള്ളന്മാർ?"

ഓസ് എന്ന ദേശത്തിന്റെ കിഴക്കുഭാഗത്ത് താമസി ക്കുന്നവരാണ് അവർ. ക്വാഡ്‌ലിംഗ്സ് തെക്കുഭാഗത്തും വിങ്കീസ് പടിഞ്ഞാറും ആണ് താമസം. വടക്കുഭാഗത്താണ് എന്റെ വീട്. ഓസിന്റെ മാന്ത്രികൻ താമസിക്കുന്ന മരതക നഗരമാണ് മദ്ധ്യഭാഗത്ത്.

"ഈ മന്ത്രവാദികളും മന്ത്രവാദിനികളുമെല്ലാം പണ്ടു പണ്ടേ മരിച്ചുപോയിട്ടുണ്ടാവും എന്നാണ് ഞാൻ കരുതി യിരുന്നത്." ഡൊറോത്തി പറഞ്ഞു.

"ഓസ് ദേശത്തുള്ളവർ ഒഴികെ." മന്ത്രവാദിനി മറു പടി നൽകി.

'ഡൊറോത്തി തന്റെ പുതിയ കൂട്ടകാരോട് അമ്മാ വൻ ഹെൻട്രിയും അമ്മായി എമ്മയും താമസിക്കുന്ന കൻസാസിലേക്ക് മടങ്ങാനുള്ള വഴി ചോദിച്ചു.

"ഓസ് ദേശത്തിന് ചുറ്റും അപകടക രമായ മരുഭൂമിയുണ്ട്, അത് കടക്കുക വളരെ ദുസ്സഹമാണ്." ഒരു കുള്ളൻ പറഞ്ഞു.

ഡൊറോത്തി കരയാൻ തുടങ്ങി യപ്പോൾ സഹതാപത്തിന്റെ പേരിൽ കുള്ളന്മാർ അവരുടെ തൂവാലകൾ പുറത്തെടുത്തു.

മന്ത്രവാദിനി അല്പ്പനേരം ചിന്തിച്ചു.

"നിങ്ങൾ മരതക നഗരത്തിലേക്ക് പോകണം. ഓസിന്റെ മാന്ത്രികൻ നിങ്ങളെ

ഉറപ്പായും സഹായിക്കും.” അവർ ഡൊറോത്തിയെ സമാധാനിപ്പിച്ചു.

“ഞാൻ എങ്ങനെ അവിടെയെത്തും ?” ഡൊറോത്തി ചോദിച്ചു.

“മഞ്ഞ ഇഷ്ടിക വിരിച്ച വഴിയിലൂടെ നടന്നു വേണം നിങ്ങൾ അവിടേക്ക് പോകാൻ.” മന്ത്രവാദിനി പറഞ്ഞു.

“നിങ്ങൾക്കും വരാൻ കഴിയില്ല?”

“ഇല്ല, പക്ഷേ നിങ്ങളുടെ സംരക്ഷണത്തിനായി ഞാൻ ഒരു മാന്ത്രിക ചുംബനം നൽകും!.”

ഡൊറോത്തിയെ നെറ്റിയിൽ ചുംബിക്കുകയും തിളങ്ങുന്ന അടയാളം ഇടുകയും ചെയ്തശേഷം ആ സദ്മന്ത്രവാദിനി തന്റെ ഇടത് ഉപ്പൂറ്റിയിൽ നിന്ന്, മൂന്നു പ്രാവശ്യം ചുറ്റിത്തിരിഞ്ഞു. അതോടെ അവർ അപ്രത്യക്ഷയായി.

നോക്കുകുത്തി

ഡൊറോത്തി അല്പം പ്രഭാതഭക്ഷണം തന്റെ വളർത്തു നായ ടൊട്ടോയ്ക്ക് കൊടുക്കുകയും ഒപ്പം സ്വയം കഴിക്കുകയും ചെയ്തു. തൂവെള്ളയും നീലയും കള്ളികളോടുകൂടിയ വൃത്തിയുള്ള വസ്ത്രങ്ങളും പിങ്ക് നിറമുള്ള തലപ്പാവുമാണ് അവൾ ധരിച്ചിരുന്നത്.

അവൾക്ക് തന്റെ ചെരുപ്പുകൾ നഷ്ടപ്പെട്ടിരുന്നു, അതിനാൽ അവൾ ആ ദുർമന്ത്രവാദിനിയുടെ വെള്ളി ചെരുപ്പുകളാണ് അണിഞ്ഞത്. എന്നിട്ട് ഒരു ബാസ്ക്കറ്റിൽ കുറച്ച് റൊട്ടി കഷ്ണങ്ങളുമെടുത്ത് ടൊട്ടോയെയും കൂട്ടി അവൾ മഞ്ഞ ഇഷ്ടികകൾ പാകിയ വഴി തേടി പോയി.

വൃത്തിയുള്ള നീല വേലികളും പഴുത്തു പാകമായ മഞ്ഞ ചോളം നിറഞ്ഞ വയലുകളും ഉള്ള ഗ്രാമ പ്രദേശങ്ങൾ അതിമനോഹരമായിരുന്നു. അവളെ അഭിവാദ്യം ചെയ്യുന്നതിനായി കുള്ളന്മാർ അവരുടെ വൃത്താകൃതിയിലുള്ള നീല വീടുകളിൽ നിന്ന് ഇറങ്ങി വന്നു.

"മരതക നഗരത്തിലേക്ക് എന്തു ദൂരമുണ്ട്?" അവൾ ചോദിച്ചു.

"ആ നഗരത്തിലേക്ക് ഒരുപാട് ദൂരമുണ്ട്, അത് ഓസിൽ നിന്നും വളരെ അകലെയാണ്." തല കുലുക്കിക്കൊണ്ട് അവർ പറഞ്ഞു.

എന്നാൽ ഡൊറോത്തി ധൈര്യസമേതം, തിരിച്ചു പോകേണ്ട എന്നുതന്നെ തീരുമാനമെടുത്തു. മൈലുകൾ നടന്നു തളർന്നപ്പോൾ ഒരു വലിയ ചോളവയലിനടുത്തുള്ള വേലിയിൽ കയറി ഇരുന്ന് അവൾ വിശ്രമിച്ചു.

വയലിൽ കുഴിച്ചിട്ട ഉയരമുള്ള ഒരു കഴുക്കോലിൽ ഒരു നോക്കുകുത്തി നാട്ടിയിരുന്നു. വൈക്കോൽ നിറച്ച ഒരു ചെറിയ ചാക്കു കൊണ്ടാണ് അതിന്റെ തല നിർമ്മിച്ചിരുന്നത്. വായും മൂക്കും കണ്ണുകളും അതിൽ പെയിന്റ് ചെയ്തിരുന്നു. ഒരു പഴയ നീല നിറത്തിലുള്ള കൂർത്ത തൊപ്പിയും അവൻ അണിഞ്ഞിരുന്നു. ഒരു നിറം മങ്ങിയ നീല സ്യൂട്ടിനുള്ളിൽ വൈക്കോൽ നിറച്ചാണ് ആ നോക്കുകുത്തിയുടെ ശരീരം ഉണ്ടാക്കിയിരുന്നത്. ഒരു ജോഡി പഴയ ബൂട്ടും നീല ഉടുപ്പും അതിനുണ്ടായിരുന്നു.

ആ വേലിപ്പത്തലിൽ ഇരുന്നുകൊണ്ട് നോക്കുകുത്തിയുടെ ചായം പൂശിയ മുഖത്തേക്ക് ഡൊറോത്തി നോക്കി. ഒറ്റക്കണ്ണു ചിമ്മി തലയാട്ടിക്കൊണ്ട് ഒരു സൗഹൃദ വഴിയിലാണ് അവൻ നിൽക്കുന്നത് എന്നവൾക്കു തോന്നി. ഡൊറോത്തി വേഗം താഴേയ്ക്കിറങ്ങി അവന്റെ അടുത്തേക്കു പോയി.

“നിനക്ക് സംസാരിക്കവാൻ കഴിയുമോ?” അവൾ ചോദിച്ചു.

“തീർച്ചയായും എനിക്കു കഴിയും! എന്തുണ്ട് വിശേഷം ?”

“നന്നായിരിക്കുന്നു.” ഡൊറോത്തി സത്യസന്ധമായി പറഞ്ഞു. “നിനക്കോ?”

“അത്ര നന്നല്ല.” നോക്കുകുത്തി മറുപടി പറഞ്ഞു. “കാക്കകളെ ഭയപ്പെടുത്തുന്നതിനായി ദിവസം മുഴുവൻ ഈ കഴുക്കോലിൽ തൂങ്ങി നിൽക്കുക എന്നത് തീർത്തും വിരസമായ കാര്യമാണ്.”

“ഞാൻ നിന്നെ താഴെ ഇറക്കാം.” ഡൊറോത്തി പറഞ്ഞു. വൈക്കോൽ നിറച്ച് ഉണ്ടാക്കിയതായിരുന്നതിനാൽ അവന് നന്നേ ഭാരം കുറവായിരുന്നു.

അവൾ ആരാണെന്നും എവിടേക്കാണ് പോകുന്നതെന്നും നോക്കുകുത്തി ഡൊറോത്തിയോട് ചോദിച്ചു. തന്നെ കാൻസാസിൽ തിരിച്ചെത്തിക്കാൻ കഴിയുമോ എന്നു ചോദിക്കാൻ മാന്ത്രികനെ തേടി മരതക നഗരത്തിലേക്കുള്ള യാത്രയിലാണ് താൻ എന്ന് അവൾ മറുപടി നൽകി.

താനും ഒപ്പം വന്നോട്ടെ എന്ന് അവൻ അവളോട് ചോദിച്ചു. “ഒരു പക്ഷേ എനിക്കാ മാന്ത്രികൻ ഒരു തലച്ചോറു തന്നാലോ. ഇപ്പോൾ എന്റെ തല നിറയെ വൈക്കോൽ ആയതിനാൽ എനിക്ക് ഒന്നിനും കഴിയുന്നില്ല.” ഒപ്പം വന്നു കൊള്ളാൻ ഡൊറോത്തി അവനോട് പറഞ്ഞു. താമസിയാതെ അവർ റോഡിലേക്ക് തിരികെ നടന്നു. നോക്കുകുത്തിയാണ് അവളുടെ ബാസ്ക്കറ്റ് ചുമന്നത്.

പാട്ടമനുഷ്യൻ

ഡൊറോത്തിയും കൂട്ടുകാരും അന്നത്തെ രാത്രി ചെലവഴിക്കുന്നതിനായി ശൂന്യമായ ഒരു കോട്ടേജ് കണ്ടെത്തി. ചായമുപയോഗിച്ച് വരച്ചുണ്ടാക്കിയ വായ ആയിരുന്നതിനാൽ നോക്കുകുത്തി പ്രഭാതഭക്ഷണം കഴിച്ചിരുന്നില്ല, അവൻ ഒരിക്കൽ പോലും രാത്രി ഉറങ്ങി യിട്ടുമില്ല. "ഉറങ്ങാനും ഭക്ഷണം കഴിക്കാനും വെള്ളം കുടിക്കാനും കഴിയാത്ത വിധം ഇതൊരു ശല്യമാണ്." അവൻ പറഞ്ഞു. "തലച്ചോറ് നേടുക എന്നതിനായി അല ട്ടുന്ന ഒരേ ഒരു കാര്യം അതുതന്നെയാണ്."

അപ്പോഴേക്കും അവർ നടന്ന് കാട്ടി ലെത്തിയിരുന്നു. സൂര്യപ്രകാശത്തിൽ തിളങ്ങുന്ന എന്തോ ഒന്ന് മരങ്ങൾക്കി ടയിൽ ഡൊറോത്തി കണ്ടത് പെട്ടെ ന്നാണ്.

മരങ്ങളിൽ ഒന്ന് ഭാഗികമായി മുറിച്ചിരുന്നു. പൂർണ്ണമായും തകരം കൊണ്ടു നിർമ്മിക്കപ്പെട്ട ഒരു മനുഷ്യ രൂപം മഴുവുമുയർത്തി അതിനരികിൽ നിൽപ്പുണ്ടായിരുന്നു.

അവർ നോക്കിയപ്പോൾ അവൻ ഒരു ആർത്തനാദം മുഴക്കി. "ഞങ്ങൾക്ക് നിങ്ങളെ സഹായിക്കാൻ കഴിയുമോ?" ഡൊറോത്തി ഒരു ദയനീയ സ്വര ത്തിൽ ചോദിച്ചു.

"എന്റെ സന്ധികൾ തുരുമ്പെടുത്തതിനാൽ എനിക്ക് അനങ്ങാൻ കഴിയില്ല." അവൻ പറഞ്ഞു. "എന്റെ കോട്ടേജിൽ നിന്നും എണ്ണപ്പാത്രം എടുത്തുകൊണ്ടു വരുമോ? സന്ധികളിൽ എണ്ണയിട്ടാൽ ചിലപ്പോൾ എനിക്കു വീണ്ടും നീങ്ങാൻ കഴിയും."

ഡൊറോത്തി വേഗം പോയി കോട്ടേജിൽ നിന്നും എണ്ണപ്പാത്രം എടുത്തുകൊണ്ടു വന്നു. ഡൊറോത്തിയുടെയും നോക്കുകുത്തിയുടെയും സഹായത്താൽ അനങ്ങാനും കൈയിൽ ഉണ്ടായിരുന്ന മഴു താഴെ വെയ്ക്കുവാനും ആ പാട്ട മനുഷ്യനു കഴിഞ്ഞു.

അവരോട് അവൻ നന്ദി പറഞ്ഞു. അവർ പോകുന്നത് മാന്ത്രികന്റെ അടുത്തേക്കാണ് എന്നറിഞ്ഞപ്പോൾ ആ മാന്ത്രികൻ എനിക്ക് ഒരു ഹൃദയം തരും എന്നു നിങ്ങൾ കരുതുന്നുണ്ടോ? എന്ന് അവൻ ചോദിച്ചു. കിഴക്കിന്റെ ദുർമന്ത്രവാദിനി അവനെ ഒരു പാട്ടരൂപമാക്കി മാറ്റിയതും അവന്റെ ഹൃദയം കവർന്നെടുത്തതും അവരോട് അവൻ വിശദമായി പറഞ്ഞു. അവന് അതു തിരികെ വേണം, മറ്റുള്ള മനുഷ്യരെപ്പോലെ അവനും വികാര വിചാരങ്ങൾ ഉണ്ടാവണം.

ഡൊറോത്തി സമ്മതം മൂളിയതോടെ പാട്ടമനുഷ്യൻ തന്റെ മഴു തോളിലേറ്റി. എല്ലാവരും കാട്ടിലൂടെ മഞ്ഞ ഇഷ്ടികകൾ വിരിച്ച റോഡ് ലക്ഷ്യമാക്കിയുള്ള അവരുടെ യാത്ര തുടർന്നു.

ഭീരുവായ സിംഹം

ഡൊറോത്തിയും, ടൊട്ടോയും, നോക്കുകുത്തിയും, പാട്ടമനുഷ്യനും ഉൾപ്പെടുന്ന നാൽവർ സംഘത്തിന്റെ യാത്ര പുരോഗമിക്കുകയാണ്. ഇടയ്ക്കിടെ മരങ്ങളുടെ മറവിൽനിന്ന് വന്യമൃഗങ്ങളുടെ ആഴത്തിലുള്ള അലർച്ച അവർക്ക് കേൾക്കാമായിരുന്നു.

"എന്റെ കൈയിൽ മഴുവും, നിന്റെ നെറ്റിയിൽ സദ്മന്ത്രവാദിനി ചാർത്തിത്തന്ന അടയാളവുമുള്ളതിനാൽ എനിക്കു ഭയമില്ല!" പാട്ടമനുഷ്യൻ ഡൊറോത്തിയോടു പറഞ്ഞു.

ഭയാനകമായ ഒരു ഗർജ്ജനം കേട്ടു നോക്കുമ്പോഴാണ് പാതയോരത്ത് വെയിലിൽ തളർന്നു കിടക്കുന്ന ഒരു സിംഹത്തെ അവർ കണ്ടത്. തന്റെ ശക്തമായ നഖം കൊണ്ട് അവൻ നോക്കുകുത്തിയെ ഒന്നു തട്ടി. പാട്ടമനുഷ്യനെ പ്രഹരിക്കാൻ ശ്രമിച്ചെങ്കിലും നഖങ്ങൾ കൊണ്ട് പോറൽ വീഴ്ത്താനേ കഴിഞ്ഞുള്ളു.

തന്റെ അടുത്തേക്ക് ഓടി എത്തിയ ടൊട്ടോയെ കടിക്കാൻ വേണ്ടി ആ സിംഹം

വായ തുറന്നു. അതുകണ്ടു മുന്നോട്ട് കുതിച്ചെത്തിയ ഡൊറോത്തി ആ വലിയ മൃഗത്തിന്റെ മൂക്കിൽ ചുറു ചുറുക്കോടെ ആഞ്ഞടിച്ചു.

"നീ വെറും ഭീരുവാണ്, അല്ലെങ്കിൽ താരതമ്യേന ചെറിയ ഒരു പട്ടിക്കുട്ടിയെ കടിക്കുവാനോ, സാധുവായ ഒരു നോക്കുകുത്തിയെ പ്രഹരിക്കുവാനോ നിന്നെപ്പോലൊരു വലിയ മൃഗം മുതിരില്ലായിരുന്നു." അവൾ പറഞ്ഞു.

"എന്നോട് ക്ഷമിക്കൂ." തന്റെ മൂക്കിൽ തടവിക്കൊണ്ട് സിംഹം പറഞ്ഞു. "എനിക്കു ശരിക്കും ഒന്നും ചെയ്യാൻ കഴിയില്ല. എല്ലാവരുടെയും ധാരണ സിംഹം ധൈര്യശാലിയാണ് എന്നാണ്. അതിനാൽ ഞാൻ ഒന്ന് ഗർജ്ജിക്കുകയോ, ചാടി വീഴുകയോ ചെയ്യുമ്പോൾ ആളുകൾ ദൂരേയ്ക്ക് ഓടി മാറുന്നു. പക്ഷേ ഞാൻ സ്വയം ഒരു പേടിത്തൊണ്ടനാണ്."

"എന്നെപ്പോലെ നിനക്കും ഹൃദയമില്ലായിരുന്നുവെങ്കിൽ നീയും ഒരു ഭീരുവാകില്ലായിരുന്നു." പാട്ടമനുഷ്യൻ പറഞ്ഞു. "എന്നാൽ ഞാൻ ആ മഹാമാന്ത്രികന്റെ അടുത്തേക്ക് പോവുകയാണ്. ഒരു ഹൃദയം ചോദിക്കുന്നതിനു വേണ്ടി."

"ഒപ്പം ഞാനും പോകുന്നുണ്ട്, അദ്ദേഹത്തോട് അല്പം തലച്ചോറ് ചോദിക്കുന്നതിനുവേണ്ടി." നോക്കുകുത്തിയും അവനൊപ്പം ചേർന്നു.

"നിങ്ങൾക്കൊപ്പം വന്നാലോ എന്ന് ഞാനും ആലോചിക്കുകയാണ്. അദ്ദേഹം എനിക്ക് അല്പം ധൈര്യം തന്നാലോ!" "അതെ, അപ്പോൾ മറ്റു കാട്ടുമൃഗങ്ങളെ ഞങ്ങളിൽ നിന്ന് അകറ്റാനും നിനക്കു കഴിയും." ഡൊറോത്തി പറഞ്ഞു.

അങ്ങനെ അവർ പോയി. അധികം വൈകാതെ അവർ നല്ല സുഹൃത്തുക്കളുമായി.

മാന്ത്രികനെ കാണാനുള്ള യാത്ര.

രാത്രിയിലെ തണുപ്പ് അകറ്റണമെങ്കിൽ നെരിപ്പോട് വേണം, വനത്തിലൂടെയുള്ള യാത്രയായതിനാൽ അതിനു മാർഗ്ഗമില്ല. തുറസ്സായ എവിടെയെങ്കിലും തീ കൂട്ടി ചുറ്റും ഇരിക്കുക എന്നതാണ് ഏക മാർഗ്ഗം. അതിനു വിറകു വേണം. പാട്ടമനുഷ്യൻ തന്റെ മഴു ഉപയോഗിച്ച് കുറച്ച് വിറക് വെട്ടിയെടുത്തു. എല്ലാവരും ചേർന്ന് അതുപയോഗിച്ച് തീ ഉണ്ടാക്കി.

അടുത്ത പ്രഭാതത്തിൽ യാത്ര ആരംഭിക്കുമ്പോഴാണ് അതിവിശാലമായ ഒരു തോട് കടക്കേണ്ടതുണ്ട് എന്ന കാര്യം അവർക്കു മനസ്സിലായത്. ആഴമുള്ള ആ തോടിന്റെ അടിത്തട്ടു മുഴുവൻ കൂർത്ത പാറകളായിരുന്നു.

"എനിക്ക് അതിനു മുകളിലൂടെ ചാടി കടക്കാൻ കഴിയും എന്നു ഞാൻ വിചാരിക്കുന്നു." ഏറെക്കുറെ സംശയത്തോടെ സിംഹം പറഞ്ഞു. "വീണു പോകുമോ എന്ന ഭയമുണ്ടെനിക്ക്, എന്നാലും അതു ചെയ്യേണ്ടതുണ്ടെന്ന്

ഞാൻ കരുതുന്നു."

സിംഹം ആ ഗർത്തത്തിനരികിൽ പതുങ്ങിയിരുന്നപ്പോൾ കൂട്ടത്തിൽ ഭാരം കുറഞ്ഞവനായ നോക്കുകുത്തി, അവന്റെ പുറത്തു കയറി ഇരുന്നു. പിന്നെ ഒറ്റക്കുതിപ്പിന് അവൻ മറുകരയിൽ എത്തി. അതുകണ്ട ഡൊറോത്തിയും തകരമനുഷ്യനും ടൊട്ടോയും ആഹ്ലാദഭരിതരായി. സിംഹം തിരികെ എത്തി അവരെയും, ഓരോരുത്തരെയായി അക്കരെ എത്തിച്ചു.

ആഴമുള്ള മറ്റൊരു തോട് വഴി മദ്ധ്യേ കാണും വരെ അവരുടെ യാത്രയ്ക്ക് നല്ല വേഗത ഉണ്ടായിരുന്നു.

സിംഹത്തിനു ചാടിക്കടക്കാൻ കഴിയാത്തത്ര വിശലമായിരുന്നു അവരുടെ വഴിയിൽ പ്രത്യക്ഷപ്പെട്ട പുതിയ തോട്.

നോക്കുകുത്തി ചുറ്റും നോക്കി ഒരു വഴി കണ്ടെത്തി. "എനിക്കറിയാം." ഉയരം കൂടിയ ഒരു മരം ചൂണ്ടിക്കാണിച്ചു കൊണ്ട് അവൻ പറഞ്ഞു. "പാട്ടമനുഷ്യൻ തന്റെ മഴു ഉപയോഗിച്ച് ആ മരം ഈ തോടിനു കുറുകെ വെട്ടി വീഴ്ത്തുകയാണെങ്കിൽ, അതിലൂടെ നടന്ന് നമുക്കെല്ലാം അക്കര കടക്കാൻ കഴിയും."

"ആഹാ, എത്ര നല്ല ആശയം!" സിംഹം പറഞ്ഞു. "നിന്റെ തലയിൽ വൈക്കോലിന്റെ സ്ഥാനത്ത് തലച്ചോറു തന്നെ ഉണ്ട് എന്ന് ആരും ചിന്തിച്ചുപോകും."

നോക്കുകുത്തി നിർദ്ദേശിച്ചതുപോലെ പാട്ടമനുഷ്യൻ തന്റെ മഴു ഉപ

യോഗിച്ച് ആ മരം തോടിനു കുറുകെ വെട്ടി വീഴ്ത്തി, അതിലൂടെ അവർ ഓരോരുത്തരായി മറുകരയിലേക്ക് നടന്നു. സിംഹമാണ് ആദ്യം അക്കരെ എത്തിയത്. തുടർന്ന് ടൊട്ടോയെ കൈയിൽ എടുത്ത ഡൊറോത്തി നോക്കുകുത്തിയുടെ കൈ പിടിച്ച് മെല്ലെ നടന്ന് അക്കരെ എത്തി. അവസാനം എത്തിയത് പാട്ട മനുഷ്യനായിരുന്നു. അധികം താമസിയാതെ വനത്തിനു പുറത്തു കടന്ന അവർ നദീതീരത്തെ മനോഹരമായ ഒരു ഗ്രാമപ്രദേശത്തേക്കാണ് എത്തിച്ചേർന്നത്.

"നമ്മൾ എങ്ങനെയാണ് ഈ നദി കടക്കുക? എനിക്ക് നീന്തൽ അറിയില്ല." നോക്കുകുത്തി പറഞ്ഞു.

"എനിക്കും കഴിയില്ല, എന്നാൽ എനിക്കൊരു ചങ്ങാടം ഉണ്ടാക്കാൻ കഴിയും." പാട്ടമനുഷ്യൻ പറഞ്ഞു.

നദിക്കരയിൽ

നദിയോരത്തും മറ്റും ഉണ്ടായിരുന്ന ഉണങ്ങിയ തടികൾ ഒരേ വലിപ്പത്തിൽ മുറിച്ച് ചേർത്തുകെട്ടി പാട്ട മനുഷ്യൻ ഒരു ചെറിയ ചങ്ങാടം ഉണ്ടാക്കി. ഡൊറോത്തിക്കും സിംഹത്തിനും നോക്കുകുത്തിക്കും ടൊട്ടോയ്ക്കും അവനും ഒരേ സമയം കയറാനുള്ള വലിപ്പം ആ ചങ്ങാടത്തിനുണ്ടായിരുന്നു. അവർ എല്ലാവരും കൂടി ആ ചങ്ങാടത്തിൽ കയറി. പുഴയോരത്തു നിന്നു കിട്ടിയ ഒരു കല്ലൻമുള കൊണ്ട് ഊന്നി പാട്ടമനുഷ്യൻ ചങ്ങാടം മറുകര എത്തിച്ചു. അങ്ങനെ അവർ മറ്റൊരു കരയിലെത്തി.

അവിടം ആകെ ഒരു പച്ച നിറമായിരുന്നു. പാതയുടെ ഇരുവശങ്ങളിലും പച്ചപ്പാടങ്ങളും പച്ച നിറത്തിലുള്ള വീടുകളും അവയ്ക്കെല്ലാം പച്ച വേലികളും ഉണ്ടായിരുന്നു. കുള്ളന്മാരെ പോലെ, ഒരേതരത്തിലുള്ള വസ്ത്രങ്ങളാണ് അവിടെയുള്ള ജനങ്ങളും ധരിച്ചിരുന്നത്, നീല നിറത്തിനു പകരം പച്ചയാണ് എന്നു മാത്രം.

"ഓസ് എന്ന ദേശം മിക്കവാറും ഇതുതന്നെ ആയിരിക്കാം." ഡൊറോത്തി പറഞ്ഞു.

എന്നാൽ ജനങ്ങൾ അത്ര സഹായമനോഭാവമുള്ളവരല്ല. "മാന്ത്രികൻ നിങ്ങളെ കാണില്ല." അവർ പറഞ്ഞു. "അദ്ദേഹം ഒരിക്കലും കൊട്ടാരത്തിൽ നിന്നു പുറത്തേക്കു വരാറില്ല."

"അദ്ദേഹം കാഴ്ചയിൽ എങ്ങനെ ഇരിക്കും?" ഡൊറോത്തി ചോദിച്ചു.

"ഞങ്ങളാരും ഒരിക്കലും കണ്ടിട്ടില്ല. അദ്ദേഹത്തിന് സ്വന്തം രൂപം മാറ്റാൻ കഴിയും. കാരണം അദ്ദേഹം ഒരു മാന്ത്രികനാണ്."

പ്രവേശനകവാടത്തിന്റെ കാവൽക്കാരൻ

സുഹൃത്തുക്കൾ വീണ്ടും മഞ്ഞ ഇഷ്ടിക വിരിച്ച റോഡിലേക്ക് ഇറങ്ങി നടന്നു, വഴി അവസാനിക്കാറായപ്പോൾ അവർ ആകാശത്ത് മനോഹരമായ ഒരു പച്ച തിളക്കം കണ്ടു. "അതായിരിക്കണം ആ മരതക നഗരം." ഡൊറോത്തി വിളിച്ചുപറഞ്ഞു.

ആകാശത്തു കണ്ട ആ പച്ച തിളക്കം മുമ്പോട്ട് നീങ്ങുന്തോറും കൂടിക്കൂടി വന്നു. അവസാനം അവർ എത്തിച്ചേർന്നത് ഉയരമുള്ളതും തിളക്കമുള്ളതുമായ ഒരു കനത്ത പച്ച മതിലിനു മുമ്പിലാണ്.

മരതകം കൊണ്ട് പൊതിഞ്ഞ ഒരു വലിയ കവാടത്തിനു മുമ്പിലാണ് ഡൊറോത്തിയും കൂട്ടരും നടന്നെത്തിയ മഞ്ഞ ഇഷ്ടിക വിരിച്ച വീഥി അവസാനിച്ചത്. മരതകത്തിന്റെ തിളക്കം കാരണം നോക്കു കുത്തിക്കുപോലും തന്റെ ചായം കൊണ്ടു വരച്ചുണ്ടാക്കിയ കണ്ണ് ചിമ്മേണ്ടി വന്നു.

കവാടത്തോടു ചേർന്നുള്ള മണി

മേടയിൽ ഒരു വലിയ മണി തൂക്കിയിരുന്നു. സന്ദർശക രെത്തുമ്പോൾ വിവരം മതിൽക്കെട്ടിനുള്ളിൽ അറിയുന്നതിനുവേണ്ടിയായിരുന്നു അത്. ഡൊറോത്തി മണിയുടെ ചരടിൽ പിടിച്ച് ആഞ്ഞു വലിച്ചു. മണിയൊച്ച മുഴങ്ങിയതോടെ കവാടത്തിന്റെ വാതിൽ തുറക്കപ്പെടുകയും മരതക ശോഭയാൽ വെട്ടിത്തിളങ്ങുന്ന, ഉയർന്ന കമാനമുള്ള ഒരു മുറിയിലേക്ക് അവർ ആനയിക്കപ്പെടുകയും ചെയ്തു.

അരികിൽ ഒരു വലിയ പച്ച പെട്ടിയുമായി ഒരു ചെറിയ പച്ച മനുഷ്യൻ അവിടെ ഇരിപ്പുണ്ടായിരുന്നു. "ഞാനാണീ പ്രവേശനകവാടത്തിന്റെ കാവൽക്കാരൻ." അയാൾ പറഞ്ഞു. "ഈ മരതകനഗരത്തിൽ നിങ്ങൾക്ക് എന്താണു വേണ്ടത്?" "ഞങ്ങൾ മാന്ത്രികനെ കാണാൻ വേണ്ടി വന്നതാണ്." ഡൊറോത്തി പറഞ്ഞു.

"അതിനു തക്കതായ ഒരു കാരണവും നിങ്ങൾക്കുണ്ടാകും എന്ന് ഞാൻ വിശ്വസിക്കുന്നു." കാവൽക്കാരൻ പറഞ്ഞു. "മാന്ത്രികൻ ആളൊരു ഭയങ്കരനാണ്, അയാളെ കാണുന്നതിന് തക്കതായ ഒരു കാരണം നിങ്ങളുടെ പക്കൽ ഇല്ലാത്ത പക്ഷം അയാൾ നിങ്ങളെ നശിപ്പിച്ചു കളയും. ഞാൻ നിങ്ങളെ കൊട്ടാരത്തിലേക്ക് കൊണ്ടു പോകാം. അതിനുമുമ്പായി നിങ്ങളെല്ലാവരും പച്ചനിറമുള്ള ഈ കണ്ണടകൾ ധരിക്കണം. ഇവ ധരിക്കാത്തപക്ഷം മരതകനഗരത്തിന്റെ തിളക്കം നിങ്ങളുടെ കാഴ്ചശക്തി നഷ്ടപ്പെടുത്തും." പറഞ്ഞു നിർത്തിയ ശേഷം കാവൽക്കാരൻ ആ വലിയ പച്ച

പ്പെട്ടി തുറന്നു. അതിനുള്ളിൽ നിറയെ പച്ച കണ്ണടകളായിരുന്നു.

ഉടൻ തന്നെ അവരോരോരുത്തരും അതിൽ നിന്ന് ഓരോ ജോഡി പച്ച കണ്ണട എടുത്ത് അണിഞ്ഞു കൊണ്ട് കാവൽക്കാരന്റെ പിന്നാലെ മരതകനഗരം ലക്ഷ്യമാക്കി നടന്നു.

ഓസിലെ അത്ഭുതം നിറഞ്ഞ മരതകനഗരം

മരതകക്കല്ലുകൾ കൊണ്ട് അലങ്കരിച്ച ആ പച്ച മാർബിൾ സിറ്റിയുടെ ശോഭ, തങ്ങൾ അണിഞ്ഞിരുന്ന കണ്ണടകളിലൂടെ കണ്ട് ഡൊറോത്തിയും കൂട്ടകാരും വിസ്മയിച്ചു. ആകാശത്തിനു പച്ചനിറം, അപരിചിതരായ അവരെ ഉറ്റുനോക്കുന്ന ആളുകൾക്കു പച്ചനിറം. മാർക്കറ്റിലെ സ്റ്റാളുകളിൽ വിൽക്കാൻ വെച്ചിരിക്കുന്ന മിഠായികൾക്കും നാരങ്ങാവെള്ളത്തിനും എന്നുവേണ്ടാ എവിടേയ്ക്ക് നോക്കിയാലും തിളക്കമുള്ള പച്ച നിറം തന്നെ!

നീണ്ട പച്ച താടിയുള്ള ഒരു പട്ടാളക്കാരൻ ഓസ് കൊട്ടാരത്തിന് കാവൽ നിന്നിരുന്നു. അയാളാണ് ഡൊറോത്തിയും കൂട്ടുകാരും എത്തിയ വിവരം അറിയിക്കുന്നതിനായി മാന്ത്രികന്റെ അടുത്തേക്കു പോയത്. അയാൾ തിരികെ എത്തും വരെ അവർകാത്തിരുന്നു. അതിനിടെ, ഒരാൾ വന്ന് ഒരു പച്ച വസ്ത്രം ഡൊറോത്തിയെ ഏല്പ്പിച്ചു. പച്ച വസ്ത്രം ധരിച്ചു മാത്രമേ മാന്ത്രികന്റെ മുന്നിൽ എത്താവു

എന്നും അതിനാൽ വേഗം അതു ധരിച്ചിരിക്കുവാനും നിർദ്ദേശിച്ച് അയാൾ കടന്നുപോയി. ഡൊറോത്തി ഉടൻ തന്നെ അവ ധരിച്ച് പട്ടാളക്കാരൻ തിരികെ എത്തുന്നതും കാത്തിരുന്നു.

തിരികെ എത്തിയ പട്ടാളക്കാരൻ, ഒരു സമയം ഒരാൾക്കു മാത്രമെ മാന്ത്രികൻ സന്ദർശനാനുമതി നൽകു എന്ന് അറിയിച്ചു. ഡൊറോത്തിക്കാണ് ആദ്യ അവസരം ലഭിച്ചത്. സദ്മന്ത്രവാദിനി നെറ്റിയിൽ നൽകിയിരുന്ന അടയാളം, ധരിച്ചിരുന്ന പച്ച വസ്ത്രങ്ങൾ, അണിഞ്ഞിരുന്ന വെള്ളി ചെരിപ്പുകൾ ഇവയാണ് അവൾക്ക് ആദ്യ അവസരം നേടിക്കൊടുത്തത്.

പട്ടാളക്കാരൻ ഡൊറോത്തിയെ സിംഹാസനമുറിയുടെ കവാടത്തിലേക്ക് കൊണ്ടുപോയി. അടയാള മണി മുഴങ്ങുമ്പോൾ അകത്തേക്ക് പോകുവാൻ അവളോട് അയാൾ അവശ്യപ്പെട്ടു.

സിംഹാസനമുറി അതിമനോഹരമായിരുന്നു. ഉയർന്ന കമാനത്തോടുകൂടിയ മേൽത്തട്ടിന് മരതകക്കല്ലുകളുടെ തിളക്കമുണ്ടായിരുന്നു. സൂര്യനെപോലെ പ്രകാശിക്കുന്ന ഒരു വലിയ വിളക്ക് ആ മുറിയുടെ മച്ചിൽ തൂക്കിയിരുന്നു. പച്ച മാർബിളിൽ തീർത്ത ഒരു രാജ സിംഹാസനം ആ മുറിയുടെ ഒത്ത മദ്ധ്യത്തിൽ തിളങ്ങി നിന്നിരുന്നു.

സിംഹാസനത്തിന്റെ ഇരിപ്പിടത്തിൽ അതിഘോരമായ ഒരു മൊട്ടത്തല ആലേഖനം ചെയ്തിരുന്നു, അതിന് ഉടലോ കൈകാലുകളോ

ഉണ്ടായിരുന്നില്ല. ഉരുട്ടിപ്പിടിച്ച കണ്ണുകളായിരുന്നു അതിന്റേത്. ഡൊറോത്തി അവിടെനിന്ന് നിലവിളിക്കുന്നപോലൊരു ശബ്ദം കേട്ടു. "ഭയാനകനായ മഹാമാന്ത്രികനാണു ഞാൻ. നീ ആരാണ്? എന്തിനുവേണ്ടി ഇവിടെ വന്നു?"

"വിനീതവിധേയയായ ഡൊറോത്തിയാണ് ഞാൻ. കൻസാസിലുള്ള അമ്മാവൻ ഹെൻട്രിയുടെയും അമ്മായി എമ്മയുടെയും അരികിൽ തിരിച്ചെത്തുവാൻ സഹായിക്കണം എന്ന അപേക്ഷയുമായാണ് ഞാൻ അങ്ങയെ കാണാൻ വന്നിരിക്കുന്നത്."

"ആ വെള്ളിചെരിപ്പുകൾ നിനക്ക് എവിടെനിന്നു കിട്ടി?"

കിഴക്കിന്റെ ദുർമന്ത്രവാദിനിക്ക് സംഭവിച്ചത് ഡൊറോത്തി വിശദമായി പറഞ്ഞു.

"നിന്റെ നെറ്റിയിൽ കാണുന്ന ആ അടയാളം നിനക്ക് എങ്ങനെ കിട്ടി?" അയാൾ ചോദിച്ചു.

വടക്കിന്റെ സദ്മന്ത്രവാദിനിയെ കണ്ടതും മറ്റും ഡൊറോത്തി വിശദീകരിച്ചു.

"കൻസാസിലേക്ക് തിരികെ പോകണമെങ്കിൽ നീ എനിക്കായി ചിലത് ചെയ്യേണ്ടതുണ്ട്! പടിഞ്ഞാറിന്റെ ദുർമന്ത്രവാദിനിയെ നീ കൊല്ലണം!"

"അതിനെനിക്ക് കഴിയില്ല! ഞാനൊരു ചെറിയ പെൺകുട്ടിയാണ്!" ഡൊറോത്തി പ്രതിഷേധം അറിയിച്ചു.

"കിഴക്കിന്റെ ദുർമന്ത്രവാദിനിയെ

നീ കൊന്നു!" മാന്ത്രികൻ കർക്കശമായി പറഞ്ഞു.

"പക്ഷേ അതൊരു അപകടമായിരുന്നു." ഡൊറോത്തി കരഞ്ഞുകൊണ്ടു പറഞ്ഞു.

അവൾ ദുഃഖിതയായി തിരിച്ചുപോന്നു. പടിഞ്ഞാറിന്റെ ദുർമന്ത്രവാദിനിയെ താൻ കൊല്ലണമെന്ന് മാന്ത്രികൻ ഉറപ്പിച്ചു പറഞ്ഞതായി അവൾ തന്റെ കൂട്ടുകാരോടു പറഞ്ഞു.

ഡൊറോത്തിയുടെ കൂട്ടുകാർ മാന്ത്രികനെ കാണുന്നു

അടുത്ത ദിവസം നോക്കുകുത്തിയെ അകത്തേക്ക് പറഞ്ഞയച്ചു. ഈ സമയം രത്നകിരീടവും ചിത്ര ശലഭ ത്തെപ്പോലെ ചിറകുകളും തിളങ്ങുന്ന പച്ചനിറവുമുള്ള ഒരു സുന്ദരിയുടെ രൂപത്തിലായിരുന്നു മാന്ത്രികൻ.

നോക്കുകുത്തി മാന്ത്രികനോട് തനിക്ക് അല്പം തലച്ചോറ് നൽകുവാൻ അപേക്ഷിച്ചു.

എന്നാൽ അദ്ദേഹം ഡൊറോത്തിക്കു നൽകിയ അതേ മറുപടി തന്നെയാണ് അവനും നൽകിയത്. പടിഞ്ഞാറിന്റെ ദുർമന്ത്രവാദിനിയെ അവൻ കൊല്ലുക.

പാട്ടമനുഷ്യന്റേതായിരുന്നു അടുത്ത ഊഴം. ആ സമയം മാന്ത്രികൻ പച്ചമുടിയാൽ മൂടിയ ഘോരനായ ഒരു ജന്തുവായി മാറിയിരുന്നു. അയാൾക്ക് അപ്പോൾ ഒരു ആനയോളം വലിപ്പവും കാണ്ടാമൃഗത്തെപ്പോലെ ഒറ്റക്കൊമ്പുള്ള തലയും ഉണ്ടായിരുന്നു. ഹൃദയമില്ലാത്തവനായതിനാൽ പാട്ടമനുഷ്യൻ അപ്പോൾ അതുകണ്ടു ഭയന്നില്ല.

കിഴക്കിന്റെ ദുർമന്ത്രവാദിനി തന്നെ ഒരു പാട്ട രൂപമാക്കി മാറ്റിയശേഷം തന്റെ ഹൃദയം കവർന്നെടുത്തെന്നും വികാരവിചാരങ്ങൾ നഷ്ടമായ തനിക്കൊരു ഹൃദയം നൽകുവാൻ ദയവുണ്ടാകണമെന്നും അവൻ അദ്ദേഹത്തോട് ആവശ്യപ്പെട്ടു. മറ്റുള്ളവർക്കു ലഭിച്ച മറുപടി തന്നെയാണ് അവനും ലഭിച്ചത്. ഹൃദയം ലഭിക്കുന്നതിനു മുമ്പായി പടിഞ്ഞാറിന്റെ ദുർമന്ത്രവാദിനിയെ കൊല്ലാൻ ഡൊറോത്തിയെ സഹായിക്കുവാനാണ് അദ്ദേഹം അവനോട് കല്പിച്ചത്.

അവസാനം സിംഹവും മാന്ത്രികന്റെ മുമ്പിലെത്തി.

അപ്പോൾ മാന്ത്രികൻ ഒരു തീഗോളമായി മാറിയിരുന്നു. അത് സിംഹത്തിന്റെ കുഞ്ചിരോമം കത്തിച്ചു. ഭയന്നു പിന്നിലേക്കു മാറിയ സിംഹം തനിക്കൊരല്പം ധൈര്യം തരുവാൻ അദ്ദേഹത്തോട് അപേക്ഷിച്ചു.

“പടിഞ്ഞാറിന്റെ ദുർമന്ത്രവാദിനി മരിച്ചു എന്നതിന്റെ തെളിവുമായി വന്നാൽ നിനക്കു ഞാൻ ഉറപ്പായും ധൈര്യം നൽകാം.” തീഗോളത്തിൽ നിന്നും പുറത്തേക്കു വന്ന ശബ്ദം ഇതായിരുന്നു.

സിംഹം ഡൊറോത്തിയുടെയും മറ്റും അരികിലേക്ക് തിരി ച്ചു പോയി.

“നമുക്ക് അദ്ദേഹം പറഞ്ഞ കാര്യം എങ്ങനെയും നടപ്പിലാക്കണം, അല്ലാത്ത പക്ഷം എന്റെ ധൈര്യം ഒരിക്കലും എനിക്കു കിട്ടില്ല.” സിംഹം പറഞ്ഞു.

“എനിക്ക് ഞാൻ ആവശ്യപ്പെട്ട തലച്ചോറും കിട്ടില്ല.”നോക്കുകുത്തി പറഞ്ഞു.

“അതേപോലെ എനിക്കു ഹൃദയവും കിട്ടില്ല.” പാട്ട മനുഷ്യൻ പറഞ്ഞു.

“ശരിയാണ്, എനിക്ക് ഒരിക്കലും കൻസാസി ലേക്ക് മടങ്ങി പോകാനും കഴിയില്ല.” ഡൊറോത്തി പറഞ്ഞു.

ദുർമന്ത്രവാദിനിക്കായുള്ള തെരച്ചിൽ

പട്ടാളക്കാരൻ അവർക്കു നിർദ്ദേശങ്ങൾ നൽകി. "നിങ്ങൾ നേരേ പടിഞ്ഞാറു ഭാഗത്തേക്കു പോവുക, സൂര്യൻ അസ്തമിക്കുന്നതു നോക്കി ദിക്ക് ഉറപ്പുവരുത്തുക. ജാഗ്രതയോടെ വേണം അവിടേക്ക് പോകാൻ. നിങ്ങൾ അവളുടെ നാട്ടിൽ എത്തിയതായി അറിയാൻ ഇടയായാൽ ആ മന്ത്രവാദിനി നിങ്ങളെ അവളുടെ അടിമകളാക്കി മാറ്റും, ഓർമ്മവേണം."

പടിഞ്ഞാറിന്റെ ദുർമന്ത്രവാദിനിക്ക് ഒരൊറ്റ കണ്ണേ ഉള്ളു, എന്നാൽ അത് ഒരു ടെലിസ്കോപ്പുപോലെ സുശക്തമാണ്. ഡൊറോത്തിയും കൂട്ടുകാരും ഉറങ്ങുന്നതുവരെ ഒരുപാടു ദൂരെയുള്ള തന്റെ കോട്ടവാതിലിലിരുന്ന് തന്റെ രാജ്യം മുഴുവൻ അവൾ നിരീക്ഷിച്ചു കൊണ്ടേ ഇരുന്നു.

അവൾ വേഗം തന്റെ വെള്ളി വിസിൽ എടുത്ത് ഊതി രക്തദാഹികളായ ഒരു സംഘം ചെന്നായ്ക്കളെ വരുത്തി. ഡൊറോത്തിയും കൂട്ടുകാരും

കിടക്കുന്ന സ്ഥലം ചൂണ്ടിക്കാണിച്ചുകൊടുത്തശേഷം അവരെ പോയി കടിച്ചു കീറാൻ ആജ്ഞാപിച്ചു.

"ഉറപ്പായും," സംഘത്തലവൻ മുറുമുറുത്തു കൊണ്ട് പാഞ്ഞുപോയി. മുരൾച്ചയോടെ മറ്റുള്ള ചെന്നായ്ക്കളും അവനെ പിന്തുടർന്നു.

എന്നാൽ പാട്ടമനുഷ്യൻ അപ്പോഴേക്കും ഉറക്കമുണർന്നിരുന്നു. അവൻ തന്റെ മഴു കൈയിലെടുത്തു. മൂർച്ചയുള്ള പല്ലുകൾ കാട്ടി പാഞ്ഞടുത്ത ചെന്നായ്ക്കളുടെ തലകൾ ഓരോന്നായി അവൻ അരിഞ്ഞു വീഴ്ത്തി.

അതറിഞ്ഞ മന്ത്രവാദിനി കോപാകുലയായി, അവൾ വീണ്ടും തന്റെ വിസിലെടുത്ത് ആഞ്ഞ് ഊതി വിരൂപികളായ ഒരു സംഘം കറുത്ത കാക്കകളെ വരുത്തി. "കണ്ണുകൾ ചൂഴ്ന്നെടുത്തശേഷം അവറ്റകളെ കൊത്തിക്കീറി തുണ്ടം തുണ്ടമാക്കൂ." അവൾ ആക്രോശിച്ചു. ആ കാക്ക കൾ ചിലച്ചുകൊണ്ട് പറന്ന കന്നു.

പറന്നുവരുന്ന കാക്കകളെ കണ്ടതും നോക്കുകുത്തി അവന്റെ കൈകൾ വിരിച്ചു പിടിച്ചു. അവനെ കടന്നു പോകാൻ ശ്രമിച്ച കാക്കകളെ ഓരോന്നായി പിടിച്ചെടുത്ത് കഴുത്ത് തിരിച്ചൊടിച്ചു.

ആ ദുർമന്ത്രവാദിനിയുടെ കോപം കൂടിക്കൂടി വന്നു. അവൾ ഒരുകൂട്ടം ഉഗ്രരൂപികളായ കറുത്ത തേനീച്ചകളെ അവിടേക്ക് അയച്ചു. "എല്ലാറ്റിനേയും കുത്തിക്കൊല്ലൂ." അവൾ ആജ്ഞാപിച്ചു.

പാട്ടമനുഷ്യനെ ആക്രമിച്ചതോടെ തേനീച്ചകളുടെ കൊമ്പുകൾ ഒടിഞ്ഞു. അതോടെ അവയുടെ ആക്രമണവും അവസാനിച്ചു.

അതോടെ ആ ദുർമന്ത്രവാദിനി തീർത്തും കോപാകുലയായി. അവളുടെ കബോർഡിൽ ഒരു സ്വർണ്ണത്തൊപ്പി ഉണ്ടായിരുന്നു. ആ തൊപ്പിയുടെ ഉടമസ്ഥാവകശം ആർക്കാണോ, അവർക്ക് ചിറകുള്ള വാനരന്മാരെ സഹായത്തിനായി മൂന്നു പ്രാവശ്യം വിളിക്കാവുന്നതാണ്. തൊപ്പിയുടെ ഉടമസ്ഥൻ നൽകുന്ന ഉത്തരവ് അക്ഷരംപ്രതി അവ അനുസരിക്കുന്നതുമാണ്. മന്ത്രവാദിനി മുമ്പ് രണ്ടു പ്രാവശ്യം അവയുടെ സഹായം തേടിയതാണ്. ഇതിപ്പോൾ അവളുടെ അവസാന അവസരമാണ്.

തൊപ്പിയുടെ ഉള്ളിൽ എഴുതിയിരുന്ന ഒരു രഹസ്യ വാചകം അവൾ മെല്ലെ വായിച്ചു.

അപ്പോൾ ആകാശം ഇരുളുകയും ചിറകടി ഒച്ചകൾ കേൾക്കുകയും ചെയ്തു. ഇരുൾ മാറി സൂര്യപ്രകാശം വന്നതോടെ ആകാശം മുഴുവൻ തോളിൽ ചിറകുള്ള വാനരന്മാർ നിരന്നു. കൂട്ടത്തിൽ ഏറ്റവും വലിയവനും അവരുടെ രാജാവുമായ വാനരൻ ആകാശത്തുനിന്നും വേഗത്തിൽ മന്ത്രവാദിനിയുടെ മുന്നിലേക്കിറങ്ങി.

"നിങ്ങൾ മൂന്നാമതായും അവസാനമായും ഇതാ ഇപ്പോൾ ഞങ്ങളെ വിളിച്ചു വരുത്തിയിരിക്കുന്നു. എന്താണ് ഞങ്ങൾ നിങ്ങൾക്കു വേണ്ടി ചെയ്യേണ്ടത്?"

"ഡൊറോത്തിയേയും കൂട്ടുകാരെയും കൊന്നു കളയുക, ആ സിംഹത്തിനെ ഒഴികെ! അവനെ എനിക്ക് എന്റെ അടിമയായി വേണം." വാനരരാജാവിന്റെ ചോദ്യത്തിന് മന്ത്രവാദിനി മറുപടി നൽകി.

കുരങ്ങന്മാർ ഡൊറോത്തിയും കൂട്ടുകാരും നിന്ന സ്ഥലത്തേക്കു പോയി. അവരാദ്യം നേരിട്ടത് പാട്ടമനുഷ്യനെ ആയിരുന്നു. അവർ അവനെ പിടികൂടി പാറക്കൂട്ടത്തിലേക്ക് വലിച്ചെറിഞ്ഞു. വീഴ്ചയുടെ ആഘാതത്തിൽ തുണ്ടുതുണ്ടായി അവൻ ഇളകിവീണു. പിന്നീടവർ പിടികൂടിയത് നോക്കുകുത്തിയെ ആയിരുന്നു. അവന്റെ ഉള്ളിൽ ഉണ്ടായിരുന്ന വൈക്കോൽ മുഴുവൻ വലിച്ചു പുറത്തിട്ടശേഷം തുണികൾ ഒരു മരത്തിലേക്ക് വലിച്ചെറിഞ്ഞു. കാട്ടുവള്ളികളാൽ ബന്ധിച്ച സിംഹത്തെ അവർ കോട്ടയിലേക്ക് കൊണ്ടുപോയി. അവനെ അവിടെ ഒരു ഇരുമ്പു കൂട്ടിൽ അടച്ചിട്ടു.

പക്ഷേ അവർക്ക് ഡൊറോത്തിയെ ഉപദ്രവിക്കാൻ കഴിഞ്ഞില്ല, സദ്മന്ത്രവാദിനി നൽകിയ അടയാളം നെറ്റിയിൽ ഉണ്ടായിരുന്നതാണ് അതിനു കാരണം. എങ്കിലും അവർക്ക് അവളെ പിടികൂടി കോട്ടയിൽ എത്തിക്കുവാൻ കഴിഞ്ഞു. ദുർമന്ത്രവാദിനി ഒരു ബക്കറ്റ് നൽകിയ ശേഷം അവിടെയുള്ള കൽത്തറകൾ വൃത്തിയാക്കുന്നതിനായി അവളോട് ആജ്ഞാപിച്ചു. പാവം ഡൊറോത്തി.

ഒരു പണിയും ചെയ്യാത്തതിനാൽ മന്ത്രവാദിനി സിംഹത്തെ പട്ടിണിക്കിട്ടു. ഡൊറോത്തിയുടെ വെള്ളി ചെരിപ്പുകൾ അത്ഭുതശക്തിയുള്ള

വയാണ് എന്ന് മന്ത്രവാദിനിക്ക് അറിയാമായിരുന്നു, അതിനാൽ അവൾ അത് മോഷ്ടിക്കാൻ ശ്രമിച്ചു. ടൊട്ടോയെ അവൾ ചവിട്ടി പുറത്തേക്ക് ഓടിച്ചു.

അത് ഡൊറോത്തിയെ വല്ലാതെ ദേഷ്യം പിടിപ്പിച്ചു. അവൾ വെള്ളം നിറച്ച ബക്കറ്റെടുത്ത് മന്ത്രവാദിനിയുടെ ദേഹത്തേക്ക് കമഴ്ത്തി!

അവളെ അത്ഭുതപ്പെടുത്തിക്കൊണ്ട് ആ മന്ത്രവാദിനി അവിടെ കിടന്ന് ചുരുങ്ങി ഉരുകാൻ തുടങ്ങി.

"എന്റെ ദൈവമേ, എന്താണ് ഞാനീ ചെയ്തത്?" ഡൊറോത്തി നിലവിളിച്ചു.

"വെള്ളം എന്റെ മരണത്തിനിടയാകുമെന്ന് നിനക്കറിയില്ലായിരുന്നോ?" ഓരിയിട്ടു കൊണ്ട് ആ ദുർമന്ത്രവാദിനി ഉരുകി ആകൃതിയില്ലാത്ത ഒരു മാംസപിണ്ഡമായി മാറി.

വൃത്തിയും വെടിപ്പുമുള്ള ഡൊറോത്തി ആ തറ വേഗം കഴുകി വൃത്തിയാക്കിയ ശേഷം സിംഹത്തെ ഇരുമ്പുകൂട്ടിൽ നിന്നു മോചിപ്പിക്കാനായി ഓടി.

മന്ത്രവാദിനി മരിച്ചു എന്നു മനസ്സിലാക്കിയ അവളുടെ അടിമകൾ പാട്ടമനുഷ്യന്റെ അടർന്നുപോയ ഭാഗങ്ങൾ കൂട്ടിച്ചേർത്ത് പുതിയതുപോലെ ആക്കിത്തീർത്തു. നോക്കുകുത്തിയുടെ വസ്ത്രങ്ങൾ എടുത്ത് വൈക്കോൽ നിറച്ചു.

ഡൊറോത്തി സ്വർണ്ണത്തൊപ്പി എടുത്ത് അതിന്റെ ഉള്ളിൽ എഴുതിയിരുന്ന രഹസ്യ വാചകം മെല്ലെ വായിച്ചു. അവിടെ

എത്തിയ ചിറകുള്ള വാനരന്മാരോട് എല്ലാവരെയും തിരികെ ഓസ് നഗരത്തിലെത്തിക്കുവാൻ ആവശ്യപ്പെട്ടു.

മരതകനഗരത്തിലേക്കുള്ള മടക്കയാത്ര

മരതകനഗരത്തിൽ തിരിച്ചെത്തിയ അവർ സിംഹാസന മുറിയിലേക്കുള്ള അവരുടെ വഴി കണ്ടെത്തി. അകത്തെത്തിയ അവർ കണ്ടത് ആളൊഴിഞ്ഞ സിംഹാസനമുറിയാണ്! മുറിയുടെ മുകൾഭാഗത്തുനിന്ന് വളരെ ദുർബലമായ ഒരു ശബ്ദം അവർ കേട്ടു.

"ഞാനിപ്പോൾ അദൃശ്യനാണ്, അതിനാൽ നിങ്ങൾക്ക് എന്നെ കാണാൻ കഴിയില്ല. നിങ്ങൾ എന്തിനു വേണ്ടിയാണ് വന്നത്?"

"വാഗ്ദാനങ്ങൾ പാലിക്കുന്നതിനുള്ള താങ്കളുടെ സമയമാണിത്, ഇപ്പോൾ ഞങ്ങൾ പടിഞ്ഞാറിന്റെ ദുർമന്ത്രവാദിനിയെ കൊന്നിരിക്കുന്നു." മാന്ത്രികന്റെ ചോദ്യത്തിന് ഡൊറോത്തിയാണ് മറുപടി നൽകിയത്.

"എനിക്ക് അതേക്കുറിച്ച് അല്പം ചിന്തിക്കാനുണ്ട്! നിങ്ങൾ പോയിട്ട് നാളെ വരൂ." അദൃശ്യനായ മാന്ത്രികൻ പറഞ്ഞു.

അതു കേട്ട സിംഹം കോപാകുലനായി ഗർജ്ജി ച്ചു. ഭയന്നുപോയ ടൊട്ടോ അവന്റടുത്തുനിന്നു ചാടി മാറി, മൂലയിൽ ചാരി നിർത്തിയിരുന്ന ഒരു സ്ക്രീനിൽ ചെന്നു തട്ടി.

മുഖത്ത് ചുളിവുകളും കഷണ്ടിത്തലയുമുള്ള ഉയരം കുറഞ്ഞ ഒരു കിഴവൻ സംശയത്തോടെ നോക്കി ക്കൊണ്ട് അതിനു പിന്നിൽ പതുങ്ങി ഇരിപ്പുണ്ടായിരു ന്നു. നോക്കുകുത്തിയാണ് അയാളെ ആദ്യം കണ്ടത്.

"ആരാണു നിങ്ങൾ?" അവൻ ചോദിച്ചു.

"ഞാൻ ഏറ്റവും ഭയങ്കരനായ മാന്ത്രികനാണ്! ദയ വു ചെയ്ത് എന്നെ ഉപദ്രവിക്കരുത്." ആ ചെറിയ മനു ഷ്യൻ വിതുമ്പി.

"അതായത് നിങ്ങൾ ഒരു മൃഗമല്ല, ഒരു സ്ത്രീയോ, തീഗോളമോ അല്ല ! പിന്നെ എന്താണ് നിങ്ങൾ?" പാട്ട മനുഷ്യൻ ചോദിച്ചു.

"ഞാനൊരു വഞ്ചകനാണ്!" ദയനീയ സ്വരത്തിൽ ആ മാന്ത്രികൻ പറഞ്ഞു. "ഞാൻ വെറുമൊരു ഇന്ദ്രജാലക്കാരൻ മാത്രം! ഡൊറോത്തീ, ഞാനൊരു ദിവസം ഒരു ബലൂണിൽ കയറി കൻസാസിൽ നിന്നകന്നു. പോകും വഴി കയർ പൊട്ടി എന്റെ ബലൂൺ ഈ രാജ്യത്തിനു മുകളി ലൂടെ പറന്നുനടന്നു. പിന്നീട് അതു പതിയെ താഴേയ്ക്ക് ഇറങ്ങി യപ്പോൾ ഇവിടെയുള്ള ആളു കൾ ഞാനൊരു മാന്ത്രികനാണ് എന്നു വിചാരിച്ചു. അതിനാൽ അവർ

എന്നെ അവരുടെ ഭരണാധികാരിയാക്കി."

"അപ്പോൾ നിങ്ങൾ എങ്ങനെയാണ് ഈ തന്ത്രങ്ങളൊക്കെ പ്രയോഗിച്ചത്?" ഡൊറോത്തി അത്ഭുതത്തോടെ ചോദിച്ചു.

"ഞാൻ നിങ്ങൾക്കു കാണിച്ചുതരാം!" പ്രതിമകളും മുഖംമൂടികളും നിറച്ച ഒരു ചുവരലമാര അയാൾ തുറന്നു. പന്തിന്റെ ആകൃതിയിലുള്ള തല തീപിടിപ്പിച്ച ഒരു കടലാസുഗോളം ആയിരുന്നു. അതിന്റെ കണ്ണുകളും വായും നൂലുപയോഗിച്ച് അനക്കാവുന്നതായിരുന്നു.

"നിങ്ങൾ ആ ശബ്ദങ്ങൾ എങ്ങനെയാണ് നിയന്ത്രിച്ചത്." അവൾ ചോദിച്ചു.

"ഞാൻ ഒരിക്കൽ ഒരു ശബ്ദാനുകരണ വിദഗ്ദ്ധനായിരുന്നു."

"അതായത്, നിങ്ങൾ ഒരു യഥാർത്ഥ മാന്ത്രികനല്ല എന്നർത്ഥം!" നോക്കുകുത്തി പറഞ്ഞു. "അപ്പോൾ നിങ്ങൾക്കാ വാഗ്ദാനങ്ങൾ പാലിക്കാൻ കഴിയില്ല."

"നിങ്ങൾ തികച്ചും ഒരു മോശപ്പെട്ട മനുഷ്യനാണ്." ഡൊറോത്തി തറപ്പിച്ചു പറഞ്ഞു.

"അല്ല, ഞാൻ ശരിക്കും ഒരു നല്ല മനുഷ്യനാണ് !" ആ മാന്ത്രികൻ പറഞ്ഞു. "ഞാനൊരു മോശം മാന്ത്രികനാണ് എന്നു മാത്രം."

ഇന്ദ്രജാലവഞ്ചകൻ തന്റെ വാഗ്ദാനം പാലിക്കുന്നു

താൻ ഒരു യഥാർഥ മാന്ത്രികനായിരുന്നില്ലെങ്കിലും അവർക്കുവേണ്ടി പരമാവധി ശ്രമിക്കാമെന്ന് അയാൾ വാഗ്ദാനം ചെയ്തു.

അയാൾ, നോക്കുകുത്തിയുടെ തലയുടെ മുകൾ ഭാഗം തുറന്ന് അതിൽനിന്ന് കുറച്ചു വൈക്കോൽ എടുത്തു മാറ്റിയ ശേഷം അല്പം തവിടും ആണിയും സൂചിയും നിറച്ചു.

"ഇതാ, നിനക്ക് തലച്ചോർ ലഭിച്ചിരിക്കുന്നു." അയാൾ പറഞ്ഞു.

നോക്കുകുത്തിക്ക് അതുകേട്ടപ്പോൾ വലിയ സന്തോഷമായി.

തുടർന്ന് പാട്ടമനുഷ്യന്റെ നെഞ്ചിൽ നിന്നും സമചതുരാകൃതിയിൽ ഒരു കഷണം മുറിച്ചെടുത്തശേഷം പട്ടു കൊണ്ടുണ്ടാക്കിയ ഒരു ചെറിയ ചുവന്ന ഹൃദയം അറക്കപ്പൊടി ഇട്ട് അതിനുള്ളിൽ ഉറപ്പിച്ചുവെച്ചു. ഒരു പാട്ട കഷണം കൊണ്ട് മുറിച്ചഭാഗം കൂട്ടി വിളക്കി.

"ഇതാ, നിനക്കൊരു ഹൃദയം ലഭിച്ചിരിക്കുന്നു." അയാൾ പറഞ്ഞു.

അടുത്തതായി സിംഹം വന്നു. മാന്ത്രികൻ ഒരു പച്ച കുപ്പിയിൽ നിന്ന് ഒരു പാനീയം അവന് പകർന്നു കൊടുത്തു.

"എന്താണ് ഇത്?" സിംഹം ചോദിച്ചു.

"നിനക്കിത് നിന്റെ ഉള്ളിലാക്കാൻ കഴിയുകയാണെങ്കിൽ അതാണ് ധൈര്യം! ധൈര്യം എപ്പോഴും ഉള്ളിൽ നിന്നു വരേണ്ടതാണ്! നിനക്ക് ഭയം തോന്നുമ്പോഴാണ് ധൈര്യത്തെക്കുറിച്ച് ചിന്തിക്കുന്നത്. എന്നാൽ നീ ഇപ്പോഴും ധീരമായ കാര്യം തന്നെയാണ് ചെയ്യുന്നത്."

"ആ ധൈര്യം ഇപ്പോൾ എനിക്ക് അനുഭവിക്കാൻ കഴിയുന്നുണ്ട്. എന്റെ ഉള്ളിൽ ധൈര്യമുണ്ട് എന്ന് എനിക്കറിയാം!" സിംഹം പറഞ്ഞു.

"അതു ചെയ്യുന്നതിന് കൂടുതൽ മാന്ത്രികവിദ്യ ആവശ്യമില്ല." മാന്ത്രികൻ ചിന്തിച്ചു. "അവർ ഇപ്പോൾത്തന്നെ ബുദ്ധിയുള്ളവരും ദയാശീലരും ധീരരുമാണ്, എന്നാൽ അതവർക്ക് അറി യില്ല."

എന്നാൽ ഡൊറോത്തിയെ സഹായിക്കുന്നതിനുള്ള ഭാഗ്യം മാന്ത്രികനുണ്ടായിരുന്നില്ല. പട്ടുപാളികളിൽ നിന്ന് മറ്റൊരു ബലൂൺ നിർമ്മിക്കാൻ അയാൾ തീരുമാനിച്ചു.

മാന്ത്രികൻ നിർമ്മിച്ച ബലൂണിൽ വായു നിറയ്ക്കുന്നതിനായി പാട്ട മനുഷ്യൻ തീ കത്തിച്ചു, തീയുടെ സഹായത്തോടെ ചൂടാക്കിയ വായു അവർ ബലൂണിൽ നിറച്ചു. മാന്ത്രികൻ അതിനു താഴെ

യായി തുണി നിറച്ച ഒരു ബാസ്ക്കറ്റ് ഉറപ്പിച്ച ശേഷം അകത്തു കയറി, വേഗം ഡൊറോത്തിയേയും വിളിച്ചു. എന്നാൽ ആ സമയം അവൾക്ക് ടൊട്ടോയെ കണ്ടെത്താൻ കഴിഞ്ഞില്ല. അവൾ ഓടി എത്തുമ്പോഴേക്കും ബലൂൺ ആകാശത്തേക്ക് ഉയർന്നു കഴിഞ്ഞിരുന്നു. "തിരിച്ചുവരൂ.....!" അവൾ അലറിവിളിച്ചു

"അതിനെനിക്ക് കഴിയില്ല! മാന്ത്രികനെ വിളിക്കൂ, ഗുഡ്ബൈ!"

ആകാശത്തേക്കു നോക്കി കൈ വീശിക്കൊണ്ട് എല്ലാവരും അലറിവിളിച്ചു. "ഗുഡ്ബൈ!"അയാളെയും വഹിച്ചുകൊണ്ട് ആ ബലൂൺ മേഘപാളികൾക്കുള്ളിൽ മറഞ്ഞു.

തിരികെ കൻസാസിലേക്ക്

ഡൊറോത്തിയുടെ കൂട്ടുകാർ അവളെ ആശ്വസിപ്പിക്കാൻ ശ്രമിച്ചു.

"നിനക്ക് ഞങ്ങളോടൊപ്പം ഈ മരതക നഗരത്തിൽ താമസിക്കാമെല്ലോ!" അവർ നിർദ്ദേശിച്ചു.

എന്നാൽ ഡൊറോത്തിയുടെ ആവശ്യം കൻസാസിലുള്ള തന്റെ അമ്മാവൻ ഹെൻട്രിയുടെയും അമ്മായി എമ്മയുടെയും അടുത്തേക്ക് പോവുക എന്നതായി രുന്നു.

"അവിടം ഇത്രയ്ക്ക് മനോഹരമായിരിക്കില്ല," ഡൊറോത്തി പറഞ്ഞു. "എന്നാൽ മറ്റേതൊരു സ്ഥലത്തേക്കാളും അവിടെ നിൽക്കാനാണ് ഞാൻ ആഗ്രഹിക്കുന്നത്, വീടു പോലെയാ വില്ല മറ്റൊരു സ്ഥലവും."

അപ്പോൾ നോക്കുകുത്തി ക്ക് ഒരു ആശയം തോന്നി. നിന്റെ കൈവശം ഇപ്പോൾ ആ സ്വർണ്ണ ത്തൊപ്പി ഉണ്ട്! എന്തുകൊണ്ട് ചിറകുള്ള വാനരന്മാരുടെ സഹായം തേടിക്കൂടാ? അവയ്ക്ക് നിന്നെ തെക്കിന്റെ

സദ്മന്ത്രവാദിനിയുടെ അടുത്തേക്ക് കൊണ്ടു പോകാൻ കഴിയും.

അതൊരു നല്ല ആശയമായി ഡൊറോത്തിക്ക് തോന്നി.

അവൾ സ്വർണ്ണത്തൊപ്പിയിലെ രഹസ്യ വാചകം വായിച്ച് രണ്ടാം തവണയും ചിറകുള്ള വാനരന്മാരെ വിളിച്ചു. ആകാശങ്ങളിൽ നിന്ന് ഇറങ്ങിവന്ന അവർ, ഡൊറോത്തിയേയും കൂട്ടുകാരെയും തെക്കിന്റെ മനോഹരിയായ മന്ത്രവാദിനിയുടെ മാണിക്യ സിംഹാസനത്തിന്റെ കാൽക്കൽ എത്തിച്ചു.

തിളക്കമുള്ള ചുവന്ന മുടിയിഴകളും നീല കണ്ണുകളുമുള്ള, പാലു പോലെ വെളുത്ത വസ്ത്രങ്ങളണിഞ്ഞ മന്ത്രവാദിനിയുടെ പേര് ഗ്ലിൻഡ എന്നായിരുന്നു.

എന്റെ കുട്ടീ, എന്താണ് ഞാൻ നിനക്കു ചെയ്തു തരേണ്ടത്? മന്ത്രവാദിനി ചോദിച്ചു.

ഡൊറോത്തി അവളുടെ കഥ പറഞ്ഞു.

ഡൊറോത്തിയുടെ കഥ കേട്ട മന്ത്രവാദിനി ഗ്ലിൻഡ മുന്നോട്ടു ചാഞ്ഞ് അവളുടെ കവിളിൽ ചുംബിച്ചു. “എന്തു ചെയ്യണമെന്ന് ഞാൻ നിനക്കു പറഞ്ഞു തരാം.” മന്ത്രവാദിനി പറഞ്ഞു. “എന്നാൽ നിന്റെ കൈവശമുള്ള സ്വർണ്ണത്തൊപ്പി ആദ്യം നീ എനിക്കു തരണം.”

“അത് ഇവിടെ ഉണ്ട്.” ഡൊറോത്തി പറഞ്ഞു.

അതു ശ്രദ്ധയിൽ പെട്ടപ്പോൾ ഗ്ലിൻഡ നോക്കു കുത്തിയോട് ചോദിച്ചു.

"ഡൊറോത്തി വീട്ടിലേക്ക് പോകുമ്പോൾ നീ എന്താണ് ചെയ്യാൻ പോകുന്നത്?"

"മരതകനഗരത്തിലെ ജനങ്ങൾ, അവരുടെ ഭരണാധികാരിയാകാൻ എന്നോട് ആവശ്യപ്പെട്ടിരിക്കുകയാണ്."

"അപ്പോൾ നീയോ?" മന്ത്രവാദിനിയുടെ അടുത്ത ചോദ്യം പാട്ടമനുഷ്യനോടായിരുന്നു.

"പടിഞ്ഞാറിന്റെ ദുർമന്ത്രവാദിനിയെ കൊന്നതോടെ, അവളുടെ അടിമകളായിരുന്ന ആൾക്കാർ, അവരെ ഞാൻ ഭരിക്കണമെന്നൊരു ആഗ്രഹം പ്രകടിപ്പിച്ചി രുന്നു."

"അപ്പോൾ സിംഹത്തിന്റെ കാര്യമോ?"

"കാട്ടിലെ മൃഗങ്ങൾ എന്നോട് അവരുടെ രാജാവാകാൻ ആവശ്യപ്പെട്ടിരിക്കുകയാണ്!" സിംഹം അഭിമാനത്തോടെ പറഞ്ഞു.

"അങ്ങനെയെങ്കിൽ നിങ്ങളെ ഓരോരുത്തരെയും നിങ്ങളുടെ രാജ്യങ്ങളിലേക്ക് കൊണ്ടു പോകാൻ ചിറകുള്ള വാനരന്മാരോട് ഞാൻ കല്പിക്കും! അതിനു ശേഷം ആ സ്വർണ്ണത്തൊപ്പി ഞാൻ വാനരന്മാരുടെ രാജാവിനു നൽകും, അതോടെ അവർ എന്നെന്നേക്കുമായി സ്വതന്ത്രരാവും."

"എന്നെക്കുറിച്ച് ഒന്നും പറഞ്ഞില്ലല്ലോ!" ഡൊറോത്തി ആശങ്ക പ്രകടിപ്പിച്ചു.

"നിനക്ക് വെള്ളി ചെരുപ്പുകൾ ഉണ്ടല്ലോ കുട്ടീ, അവ അതീവ മാന്ത്രികശക്തി ഉള്ളവയാണ്. നിനക്ക് എന്താണ് വേണ്ടത്, എവിടേക്കാണ്

പോകേണ്ടത് എന്നൊക്കെ അതിനോട് പറഞ്ഞാൽ മാത്രം മതി!”

“ഇതറിയാമായിരുന്നെങ്കിൽ ഞാൻ ഇവിടെ വന്ന ആദ്യ ദിവസം തന്നെ എനിക്ക് വീട്ടിലേക്ക് പോകാമായിരുന്നു.”

“പക്ഷേ അങ്ങനെ സംഭവിച്ചിരുന്നെങ്കിൽ എനിക്കെന്റെ തലച്ചോറ് കിട്ടുമായിരുന്നില്ല!” നോക്കുകുത്തി പറഞ്ഞു.

“എനിക്കെന്റെ ഹൃദയവും!” പാട്ടമനുഷ്യൻ അവനെ അനുകൂലിച്ചു.

തനിക്ക് ധൈര്യം കിട്ടില്ലായിരുന്നു എന്നു പറഞ്ഞുകൊണ്ട് സിംഹവും അവർക്കൊപ്പം ചേർന്നു.

“അതു ശരിയാണ്!” ഡൊറോത്തി പറഞ്ഞു. “എന്റെ കൂട്ടുകാരെ സഹായിക്കാൻ കഴിഞ്ഞതിൽ എനിക്കു സന്തോഷമുണ്ട്. ഇപ്പോൾ അവരും സന്തുഷ്ടരാണ്, ഞാൻ കൻസാസിലേക്ക് മടങ്ങി പോകുവാൻ ആഗ്രഹിക്കുന്നു.” ഇതു പറഞ്ഞുകൊണ്ട് അവൾ ടൊട്ടോയെ കൈയിലെടുത്തു.

“സ്വന്തം ഉപ്പൂറ്റിയിൽ മൂന്നു പ്രാവശ്യം തട്ടിയശേഷം നിനക്ക് എവിടേക്കാണ് പോകേണ്ടതെന്ന് ആ ചെരിപ്പുകളോട് പറയുക.” ഗ്ലിൻഡ പറഞ്ഞു.

“എന്നെ അമ്മായിയുടെ വീട്ടിലേക്ക്കൊണ്ടു പോകൂ.” മന്ത്രവാദിനി പറഞ്ഞപോലെ ചെയ്തശേഷം ഡൊറോത്തി പറഞ്ഞു. തൽക്ഷണം അവൾ ആകാശത്തേക്ക് ഉയർന്ന് ചുറ്റിത്തിരിയാൻ തുടങ്ങി. പെട്ടെന്ന് അവൾക്ക്

ഒന്നും കേൾക്കാനോ കാണാനോ കഴിയാതെയായി. താൻ എവിടെയാണ് എന്നു തിരിച്ചറിയുന്നതിനു മുമ്പ് പല തവണ അവൾ പുൽത്തകിടിയിൽ ഉരുണ്ടു.

"ദൈവത്തിനു കൃപ!" അവൾ വിളിച്ചു കൂവി.

അപ്പോൾ ആ കൻസാസ് മൈതാനത്ത് അവൾക്കു മുമ്പിലായി ഒരു പുതുപുത്തൻ കളപ്പുരയും അമ്മാവൻ ഹെൻട്രിയും കറവപ്പശുക്കളും ഉണ്ടായിരുന്നു.

വെള്ളിചെരുപ്പുകൾ അവളുടെ കാലിൽനിന്ന് തെറിച്ചുപോവുകയും അപ്രത്യക്ഷമാവുകയും ചെയ്തു.

ഡൊറോത്തി വീടിനടുത്തേക്ക് ഓടി. അമ്മായി എമ്മ അപ്പോൾ കാബേജ് ചെടികൾക്ക് വെള്ളം തളിക്കുകയായിരുന്നു. ടൊട്ടോ സന്തോഷത്തോടെ കുരച്ചുകൊണ്ട് അവളെ പിന്തുടർന്നു.

"എന്റെ പൊന്നുമോളേ...!" അമ്മായി എമ്മ അവളെ വാരിപുണർന്ന് ഉമ്മ നൽകി. "നീ എവിടെയായിരുന്നു മോളേ...!"

"ഓസ് നഗരത്തിലായിരുന്നു!" ഡൊറോത്തി പറഞ്ഞു. "അമ്മായീ, വീട്ടിൽ തിരിച്ചെത്താൻ കഴിഞ്ഞതിൽ ഞാൻ സന്തോഷിക്കുന്നു..!"

www.ingramcontent.com/pod-product-compliance
Lightning Source LLC
LaVergne TN
LVHW040831051026
849519LV00007BB/2814